அருகில் வந்த கடல்

அருகில் வந்த கடல்

மு. குலசேகரன் (பி. 1961)

முழுப் பெயர் மு. குலசேகரபாண்டியன். மு. குலசேகரன், குலசேகரன் ஆகிய பெயர்களில் எழுதி வருகிறார். வேலூர் மாவட்டம், பாபனபள்ளி பிறந்து வளர்ந்த ஊர். வாணியம்பாடி அருகிலுள்ள புதூரில் வசிக்கிறார்.

'ஒரு பிடி மண், 'ஆயிரம் தலைமுறைகளைத் தாண்டி' என்ற இரண்டு கவிதைத் தொகுப்புகள் வெளியாகியுள்ளன. இது இவரது முதல் சிறுகதைத் தொகுப்பு.

கைபேசி: 94424 13262

மின்னஞ்சல்: *kulasekaranvnb@gmail.com*

மு. குலசேகரன்

அருகில் வந்த கடல்

காலச்சுவடு பதிப்பகம்

அருகில் வந்த கடல் ♦ சிறுகதைகள் ♦ ஆசிரியர்: மு. குலசேகரன் ♦ © மு. குலசேகரபாண்டியன் ♦ முதல் பதிப்பு: டிசம்பர் 2013 ♦ வெளியீடு: காலச்சுவடு பப்ளிகேஷன்ஸ் (பி) லிட்., 669 கே. பி. சாலை, நாகர்கோவில் 629001.

காலச்சுவடு பதிப்பக வெளியீடு: 565

arukil vanta kaTal ♦ Short Stories ♦ Author: Mu. Kulasekaran ♦ © M. Kulasekarapandiyan ♦ Language: Tamil ♦ First Edition: December 2013 ♦ Size: Demy 1 x 8 ♦ Paper: 18.6 kg maplitho ♦ Pages: 144.

Published by Kalachuvadu Publications Pvt. Ltd., 669 K.P. Road, Nagercoil 629001, India ♦ Phone: 91-4652-278525 ♦ e-mail: publications@kalachuvadu.com ♦ Wrapper printed at Print Specialities, Chennai 600014 ❖ Printed at Mani Offset, Chennai 600005.

ISBN: 978-93-82033-32-5

12/2013/S.No. 565, kcp 1036, 18.6 (1) ILL

கதை சொன்ன
அம்மாவுக்கும் சின்னம்மாவுக்கும்

வெளியான இதழ்கள்
புது எழுத்து, வனம், அடவி, உயிர்மை, காலச்சுவடு

பொருளடக்கம்

முன்னுரை : விலகிச் செல்லும் வாழ்க்கை	11
என்னுரை : முதலாகப் பிறக்கும் கதை	15
அருகில் வந்த கடல்	19
எழுதி முடிக்காத உயில்	29
தூக்குக் கயிற்றின் அழைப்பு	44
திரும்பிச் செல்லும் வழி	54
ஒற்றை முள்ளின் சுழற்சி	65
அவரவருக்குச் சொந்தமான நிலம்	77
ஓடாமல்போன இயந்திரம்	88
அழிக்கவியலாத கறை	102
ஒளிந்து கண்டுபிடிக்கும் விளையாட்டு	116
ஆறு ஓடிய தடம்	131

பொருளடக்கம்

விலகிச் செல்லும் வாழ்க்கை

கடந்த பத்தாண்டுகளில் அறிமுகமான இளம் எழுத்தாளர்களில் குலசேகரனை முக்கியமானவ ராகக் கருதுவதற்குரிய காரணங்களில் முதன்மை யானது படைப்பு மொழி சார்ந்து அவர் கொண் டிருக்கும் பிரக்ஞை. தமிழ் நவீன இலக்கியம் இந்த பிரக்ஞை சார்ந்து உருவான ஒன்று. மொழியின் இறுக்கமான விதிகளைத் தகர்த்தெறிந்து உருவான தமிழ் நவீன இலக்கியம் தொடர்ந்து அதை மரபின் தளைகளிலிருந்து விடுவிக்க இடையறாது போராடிக் கொண்டிருக்கிறது.

பாரதி தொடங்கி குலசேகரன் அல்லது அவருக்குப் பிந்தைய யாராவதுவரை பலராலும் மேற்கொள்ளப்பட்டு வந்துள்ள படைப்புச் செயல் பாடுகளுக்குள் இந்தப் பிரக்ஞையை மிகத் திடமான முறையில் அடையாளம் காண முடியும். இந்தப் பிரக்ஞை சிக்கலானதும் சந்தேகத்துக்குரியதுமான பல பரிமாணங்களைக் கொண்டது. தர்க்கபூர்வமாக விளக்க முடியாதது. படைப்புச் செயல்பாடு குறித்து யாராவது அவ்வப்போது உருவாக்கும் வரையறைகளைத் தயக்கமின்றிக் கடந்து செல்லும் முனைப்புக்கொண்டது. எப்போதும் குறுக்கீடுகளை நிகழ்த்திக்கொண்டே இருப்பது. சில தருணங் களில் பிரக்ஞை மொழியை மூர்க்கமானதொரு விலங்காகக்கூட மாற்றிவிடுகிறது. அது மொழியை வெறும் சொற்களாக அல்லது வாக்கியங்களாக நீடித்திருப்பதற்கு ஒருபோதும் அனுமதித்ததில்லை. அதனால்தான் யாருக்குமே தெரிந்திராத யாராவது

ஒரு புதிய எழுத்தாளன் அல்லது கவிஞன் அல்லது விமர்சகன் தனது மிக மோசமானதொரு படைப்பிற்குள்ளும்கூட யாரையும் பின்வாங்கச் செய்துவிடுகிற ஒரு புதிய வாக்கியத்தை மிகச் சுலபமாக எழுதிவிடுகிறான். அதற்குத் துணிச்சலோ புரட்சிகர உணர்வோ தேவைப்படுவதில்லை. கடந்த சில பத்தாண்டு களில் தமிழ் அடைந்துள்ள பல கௌரவங்களுக்கு எழுத்தாள னிடம் செயல்படும் தனது படைப்பு மொழி பற்றிய இந்தப் பிரக்ஞையே முக்கியமான காரணம் எனத் தயக்கமின்றிச் சொல்வேன். இதை ஒரு உரையாடலாக மாற்றும்போது அது மிகத் தீவிரமானதோர் அரசியல் செயல்பாடாக மாறுவதற்கும் கூட வாய்ப்பு இருக்கிறது.

குலசேகரனிடம் செயல்படுவது அது போன்றதொரு பிரக்ஞைதான்.

குலசேகரன் தன் காலத்தின் வேறு சில இளம் தலைமுறை எழுத்தாளர்களைப் போலவே சமகால வாழ்வின் மீது அக்கறை கொண்டவர். தன்னைச் சூழ்ந்துள்ள ஒரு சிறிய பரப்பிற்குள் ஒடுங்கிக் கிடக்கும் வாழ்க்கையை, அதன் திணறலை எழுதுபவர். அவரது பாத்திரங்களில் பல தோல் தொழிற்சாலைகளின் கழிவுகளால் பாழாகிக்கொண்டிருக்கும் வாழ்க்கையின் துர்நாற்றத்தைக் கடந்து செல்ல முடியாமல் தவிப்பவை. இந்தத் தவிப்பை நேரடியாக உணர்த்துபவை குலசேகரனின் கதைகள். அவரது கதை வெளிகளில் இந்த நாற்றம் கொழகொழப்பானதொரு திரவத்தைப் போலப் படர்ந்து கிடக்கிறது.

தொகுப்பில் உள்ள முக்கியமான கதைகளில் ஒன்றென நான் கருதும் ‘அழிக்கவியலாத கறை’ இதற்குச் சரியான உதாரணம். அவரது மற்ற கதைகளைப் போலவே நேரடியான கதைகூறல் முறையில் எழுதப்பட்டுள்ள இக்கதை வெகு சீக்கிரத்திலேயே அதிலிருந்து நுட்பமாக விலகிச் சென்றுவிடு கிறது. தனக்கும் வாழ்க்கைக்குமிடையே காலத்தாலும் வரலாற்றாலும் உருவாக்கப்பட்டுள்ள இடைவெளியைக் கதைசொல்லி உணரும் தருணத்தை உருவாக்கும் பதற்றங் களிலிருந்து குலசேகரன் முற்றாக விலகி நிற்கிறார். இந்த விலகலே அவரது கதை மொழியின் பலம். ‘அருகில் வந்த கடல்’ இந்த விலகலை மையப் புள்ளியாகக் கொண்டு படைப்பு மொழியை வசீகரமான சுழற்சியாக மாற்றுவதில் வெற்றி பெற்ற கதைகளில் ஒன்று. ஆழிப்பேரலையின் தாக்குதலுக் குள்ளாகிச் சிதறும் ஒருவன், சிதறலின் துகள்களிலிருந்து

தன் கனவை மீட்டெடுக்கும் இக்கதையை வெவ்வேறு அர்த்தங்களில் வாசிக்க முடியும். பளபளப்பான செதுக்கிய உடலோடு ஒரு கரிய சிலையாக நிற்கும் பக்கத்துவீட்டுப் பெண்ணின் மீதான காதலும் காமமும் கைவரத் தேர்ந்தெடுத்த தருணம் வாழ்க்கை குறித்தும் மனித மனம் குறித்தும் உருவாக்கப்பட்டுள்ள கற்பிதங்களை மறுப்பவை.

மனிதன் தன்னைச் சூழ்ந்திருக்கும் புதிர்களிலிருந்தும் கற்பிதங்களிலிருந்தும் விடுவித்துக்கொள்ளும் செயல்பாடுகளில் ஒன்றே கலை என்பது என் நம்பிக்கை. உலகின் மாபெரும் கலைஞர்களில் பலரும் அதைத்தான் செய்திருக்கிறார்கள். அது டால்ஸ்டாயோ, தாஸ்த்தயேவ்ஸ்கியோ, குரோசேவாவோ, எல்லோருடைய படைப்புச் செயல்பாடுகளும் அதைத்தான் செய்திருக்கிறது. ஒருவகையில் பார்த்தால் படைப்புச் செயல்பாடேகூடத் தன்னளவில் சாகசம்தான். அன்ன கரீனினா விரான்ஸ்கியின் மீது கொள்ளும் காதலை சாகசம் என்றல்லாமல் வேறு எப்படி அழைக்க முடியும்? அன்னா தனது வாழ்க்கையை வெறுமையின் குறியீடாகக் காண்கிறாள். அதிலிருந்து வெளியேறுவதற்கு ஒரு சாகசம் தேவைப்படு கிறது. தனது வெறுமையை ஒரு கரிய திரையாக மாற்றி மற்றவர்களின் ஒளி வீசும் உலகின் மீது போர்த்தி அதை இருளுக்குள் மூழ்கடிக்கிறாள். அசடன் மிஷ்கின் மேற்கொள் வதும் சாகசத்துக்கான ஒரு பயணமே. திட்டவட்டமானவையும் வெதுவெதுப்பானவையுமான ஒழுக்கவிதிகளுக்குள் பாது காப்பாக இருக்கும் வாழ்க்கை பேரலையொன்றால் சிதைக்கப் படும்போது குலசேகரனின் பாத்திரங்கள் ஓர் எளிய சாகசத்துக் கான கனவில் மூழ்கத் தொடங்குகின்றன. தம்மைப் போர்த்தி மூடியிருந்த கரிய திரையிலிருந்து மெல்ல வெளியேறிச் சிதறுண்டு கிடக்கும் உலகினுள் சிறிய ஒரு இடத்தைக் கண்டறிய முயல்கின்றன. மரணத்தின் நெடியால் சூழப்பட்ட அவனுடைய காதலையும் அது மூழ்கடிக்கப்படும் தருணத்தை யும் குலசேகரனின் இந்தக் கதை சிறப்பாகக் கலைப்படுத்தி யிருக்கிறது.

குலசேகரனின் பாத்திரங்கள் எளியவர்கள். கண்ணுக்குத் தெரியாத அபாயங்களால் சூழப்பட்டவர்கள். அந்த அபாயங் களைச் சார்ந்து வாழ்பவர்கள். அவற்றிடமிருந்து தப்பிக்க முடியாதவர்கள். தப்புவதற்கான வழியோ முனைப்போ அற்றவர்கள். தம் வாழ்வின் ஒரு பகுதியாகிவிட்ட கழிவுகளை யும் துர்நாற்றங்களையும் உண்டு வாழும் அற்பமான உயிர்கள். இது அவரது பல கதைகளுக்குள்ளும் தென்படும் சித்திரம். இந்தச் சித்திரம் அவரது கதைகளுக்கு அரசியல் பண்பை

அளிப்பது. வாழ்வைச் சூழ்ந்திருக்கும் துர்நாற்றங்களின் அரசியலையும் மரணத்தின் அரசியலையும் பேசுபவை. அவற்றின் உலகளாவிய தன்மையைப் பற்றிய பிரக்ஞையைக் கொண்டிருப்பவை. தம் வாழ்வும் வாழ்வாதாரங்களும் வளர்ச்சி யின் பெயரால் சிதறடிக்கப்படுவதைப் பொருட்படுத்தாமல் ஒரு கலைஞனால் இயங்க முடியாது. ஆனால் கலை அரசியலின் ஒற்றை அடையாளத்திற்குள் தன்னைக் கட்டுப்படுத்திக்கொள்வ தல்ல. அதிகாரத்தின் வெவ்வேறு கண்ணிகளை இனம்காணும் இயல்பையுடையது. எளிய மனிதர்களின் வாழ்க்கையை, அதன் சந்தோஷங்களை, துக்கங்களை, இழப்புக்களை, எளிய சந்தோஷங்களை ஆதாரமாகக்கொண்டு அதன்மீது சாகசங் களை நிகழ்த்திக் காட்டுவது. காப்காவும் சார்த்தரும் அத் தகைய சாகசங்களை நிகழ்த்த முயன்ற கலைஞர்களுக்கு உதாரணங்களாக இருப்பவர்கள்.

குலசேகரனுக்குத் தன் சமகால வாழ்வை அத்தகைய அரசியல் பிரக்ஞையுடன் அணுக முடிந்திருக்கிறது. அரசியல் திடமான கோட்பாடாக இல்லாமல் பிரக்ஞையின் திவலைகளாக அவரது கதைகளுக்குள் ததும்பிக் கிடக்கிறது. இந்தத் திவலை களை அவரது சமகால இளம் தலைமுறை எழுத்தாளர்களில் கே.என். செந்தில் போன்ற வேறு சிலரிடமும்கூடக் காண முடியும்.

குலசேகரனோ கே.என். செந்திலோ அல்லது அவர்களது சமகால எழுத்தாளர்களில் பலருமோ கொண்டிருக்கும் அரசியல் பிரக்ஞை அவர்களது கலை சார்ந்த வேட்கைகளுக்கு எந்தவிதத்திலும் தடையாக இருப்பது அல்ல. அது அவர்களது படைப்புப் பார்வையைக் கூர்மைப்படுத்துகிறது. நவீன உலகின் மனிதனை அவனது இயல்புகளை அவனது பிள வுண்ட ஆளுமையைத் துல்லியமாக அறிந்துகொள்வதற்கு அது அவர்களுக்கு உதவுகிறது எனச் சொல்வதற்கு வாய்ப்புகள் இருக்கின்றன. குலசேகரன் இந்தப் பிரக்ஞையுடனே நகரும் மொழியைக் கொண்டிருக்கிறார். தன்னையும் தனது மிகச்சிறிய உலகையும் சூழ்ந்திருக்கும் துர்நாற்றத்திலிருந்து விலகிச் செல்லாமல் அதைப் பரிசீலிக்க முயல்கிறார். குலசேகரனை இளம்தலைமுறை எழுத்தாளர்களில் முக்கியமானவராகக் கருதுவதற்கு இவையும் இவையல்லாத வேறு காரணங்களும் கூட இருக்கக்கூடும்.

சென்னை **தேவிபாரதி**
24 டிசம்பர் 2013

முதலாகப் பிறக்கும் கதை

கதைக்கான விருப்பம் எப்போதும் இருந்து கொண்டிருக்கிறது. எழுதப் படிக்கத் தெரிந்துகொள் வதற்கு முன்னால் அம்மாவால் கதைகள் சொல்லப்படுகின்றன. அவை தனக்காகவென்று மட்டும் அம்மாவிடம் கேட்பவை. அக்கதை களைக் சொல்வதும் கேட்பதும் பெரும் பரவசத்தைக் கொடுக்கும். அவை பல காலமாக பெரும் கற்பனையால் உருவாகி வருபவை. அந்தக் கதைகள் ஆச்சரியமூட்டும்படி அதே போல் மற்ற இடங்களிலும் உலவும். அடிப்படை யில் மொத்தம் பத்து வகையான கதைகள்தான் உள்ளதாம். அம்மாவுக்குத் தெரிந்ததும் சில கதைகள்தான். அந்தக் கதைகளும் பலமுறைக் கேட்டுப் பழகியவை. அவை கனவுகளைப் போல் உடனடியாக மறக்கப்படுபவை. மீண்டும் கேட்கும் போது கொஞ்சம் ஞாபகத்தின் மேலெழும். அதனால் அக்கதைகளைத் தொடர்ந்து கேட்டுக் கொண்டிருக்கலாம். அப்போது ஏற்கெனவே கதையை சொல்லக் கேட்ட உணர்வு உண்டாகும். அது திரும்பச் சொல்லப்பட்டுக் கேட்கப்படப் போகிறதென்ற எண்ணமும் ஏற்படும்.

அம்மா சொல்லும் கதைகள் புதியவையா யிருக்கும். அவற்றை இதுவரையிலும் கேட்ட தில்லை என்று படும். முதலில் எல்லாக் கதை களும் ஒன்றுபோல்தான் ஆரம்பமாகும். அது என்ன கதையென்று உடனே சுலபமாகக் கண்டு பிடித்து விடலாம். அப்படி ஊகிப்பது கதையில் கிடைக்கும் மகிழ்ச்சிதான். கதை பழையதா

யிருந்தாலும் ஒவ்வொரு முறையும் சொல்லப்படும் விதம் வேறாகும். அதன் உட்பொருட்களும் மிகவும் வித்தியாசப் படும். அவற்றை நேரில் கண்டும் கேட்டும் அறிந்திருக்கலாம். இதனால் கதையில் புது வகை அனுபவங்களாக உள்ளவை. அவை கேட்பவருக்குச் சொந்தமாக மாற்றம் பெறுபவை. கதை வெறும் தொடர் நிகழ்வுகளாக மட்டும் இருப்பதில்லை. அதற்குள் கவனத்தில் பதியாத நுண் அவதானிப்புகள் நிறைந் திருக்கும். மேலும் புனைவாக்கப்பட்ட விவரணைகளுடன் விரியும். அவை ஒன்று சேர்ந்து கதையாகிறது. கேட்பவருக் கேற்ப எங்கும் முடிவைக் கொண்டிருக்கும் வடிவம் பெறு கிறது. அதேபோல் எந்த இடத்திலும் தொடங்கும்.

அம்மாவின் கதைகள் பொய்களெனத் தோற்றம் கொண்டவை. அவற்றின் உருவகமான மொழி மிகவும் இயல் பானது. அவற்றில் நிகழும் மாய வினோதங்கள் எளிதாகப் புரிந்துவிடும். அவை உண்மைகளை மிகைப்படுத்தி அழுத்த மாகக் காட்டுகின்றன. அந்த அடித்தளத்தின் மேல் கதைத் தர்க்கம் நியாயமாக அமைகிறது. எனவே அந்தக் கதைகள் நடந்ததென்ற நம்பகத் தன்மையுடனுள்ளன. கேட்பவரை எல்லாப் பாத்திரங்களாகவும் மாற்றிக்கொள்ளும். ஆழ் மனதின் இச்சைகள் கதைக்குள் வெளிப்படையாக்கப்பட்டு நிறைவேறும். அவற்றில் ஆணும் பெண்ணும் ஒருவரையொருவர் தேடிக் கொண்டிருப்பார்கள். தவிர்க்கவியலாத மாபெரும் இருப்பாக இயற்கை வியாபித்திருக்கும். உடல்கள் பௌதீகத் தன்மையை இழந்து செயல்பட்டுக்கொண்டிருக்கும். பொருளாதார ஏற்றத் தாழ்வுகளெல்லாம் நீங்கி எள்ளி நகையாடப்படும். பெரும் கதை இன்பத்தால் புறவயமான பயமும் சந்தேகமும் மறக்கடிக்கப்படுகிறது. அவை பூதாகரமாகக் கற்பிக்கப்பட்ட எதிர் நிலைகளுடன் மோதி முரண்பட்டு வளர்கின்றன. கடைசி யில் வேறுவழியில்லாமல் நல்லவை முற்றி வெல்கின்றன. அதி லிருந்து சிந்தனைகளை உருவாக்கிக்கொள்ளும் மனோபாவம் திரண்டெழுகிறது.

அம்மாவின் நினைவிலிருந்துதான் கதை பிறக்கிறது. பிறகு உள்ளுணர்வால் தானாக சொல்லப்பட்டுக்கொண் டிருக்கிறது. அப்போது வேறு யாரோ அம்மாவின் குரலில் சொல்கிற பிரமையுண்டாகும். அதற்கு எல்லாமும் தெரியும் என்ற பாவனையிருக்கும். அது வாழ்வைப் பல கதைகளாகப் புனைந்து காட்டிக்கொண்டிருக்கிறது. சொல்பவருக்குள்ள பேதங்கள் அழிகின்றன. கேட்பவரைப் பண்பட்டவராக மதித்துக் கதைகள் பேசுகின்றன. அங்கு சமமான நிலையைப் பேணு கிறது. வெளியில் ஒதுக்கப்பட்டுள்ள வார்த்தைகள் தாரளமாகப்

புழுங்கிக்கொண்டிருக்கும். ஒழுங்கீனமான செயல்கள் என்று எதையும் காண்பதில்லை. தீமைகளும் நன்மைகளும் ஒருசேர இயங்குகின்றன. பொதுவான நீதி எனத் தனியாக ஒன்றையும் வழங்குவதில்லை. எந்தக் கதையும் துன்பத்துடன் முடிவதில்லை. அனைத்தும் சுபமாக நடப்பதாகப் பாவித்துதான் வழங்கு கின்றன. அது கதைகளின் அறமாகிறது. அதை 'உம்' கொட்டிக் கேட்டுக்கொண்டிருக்கலாம்.

○

என்னுடைய எழுத்தனுபவத்தையும் சேர்த்துச் சொல்ல ஆவலுண்டாகிறது. முதலில் ஒரு சொற்றொடர் அல்லது ஒரு படிமத்திலிருந்து எழுதத் தொடங்குகிறபோது அது என்ன வென்று தெரிந்துகொள்ள மேலும் எழுதுகிறேன். அந்தத் தேடல் பெரும் தூண்டுதலாயிருக்கிறது. எப்படிச் சென்று முடியும் என்ற ஆவலுடன் இன்னும் எழுத வேண்டியதாகிறது. கடைசியில் பிரமிப்பும் கூடவே போதாமையும் எஞ்சுகிறது. அதைப் போக்கும்விதமாக பொருத்தமான சொற்களைத் தேடிக்கொண்டிருந்து பெறும்போது பெருமகிழ்வு கிட்டுகிறது. அது நிலைக்காமல் வெவ்வேறாக எழுதிப் பார்க்கையில் புதிய வற்றை அடைந்து வியக்க நேரிடுகிறது. அதன் முடிவற்றத் தன்மை அறியக் கிடைக்கிறது. அதுதான் எழுதுபவனும் பெறும் வாசிப்பு. அவன்தான் தான் எழுதுபவற்றின் முதல் வாசகன். அவனளவுக்கு அவன் எழுத்தை முழுமையாக வாசிப்பவர் யாருமில்லை. அதனால்தான் அவன் எழுதுகிறான்.

நான் வெளியாகும் அத்தனை நல்ல கவிதைகளையும் கதைகளையும் வாசிக்க முயலுகிறேன். அதுவும் எழுத்தாளர் களாலும் விமரிசகர்களாலும் சிறந்ததென மதிப்பிடப்படுப வற்றைத் தேடிப்படிக்க மிகவும் விரும்புவேன். அப்போது அப் பார்வையின் வழியாகக் கூடுதலாகக் கிடைக்கும் பேரனுபவம் எல்லையில்லாதது. இலக்கியம்தான் வாழ்க்கைக்குப் பல அர்த்தங்களைக் கற்பிப்பதாகத் தோன்றும். பெரும் படைப்பு களின் மூலமாகத்தான் எல்லாவற்றையும் உள்ளடக்கி ஆழப் பார்க்க முடியும். அதுதான் முழுமை பெற்ற அறிதலாகுமென நினைக்கிறேன். அப்படைப்புகள் ஒவ்வொருவருக்கும் புதிதான மாறிக்கொண்டேயிருக்கும் சுயமான சிந்தனைகளை உரு வாக்குகின்றன. அவை மேன்மேலும் சேர்ந்து படிமங்களா கின்றன. அவைதான் எங்கும் பரவி மீண்டும் படைக்கும் சக்தியாகின்றன. அவற்றால்தான் வெளியிலும் பெரும் மாற்றங்கள் உண்டாகின்றன.

○

இத்தொகுப்பிலுள்ள ‘திரும்பிச் செல்லும் வழி’, ‘அவரவருக்குச் சொந்தமான நிலம்’, ‘ஒற்றை முள்ளின் சுழற்சி’, ‘ஓடாமல் போன இயந்திரம்’, ‘அழிக்கவியலாத கறை’ ஆகிய கதைகள் நஞ்சுண்டன் அவர்களால் முறையாகச் செம்மைப் படுத்தப்பட்டவை. அவற்றை பிற கதைகளுடன் ஒப்பிட்டுப் பார்த்துத் தெரிந்துகொள்ளலாம். அவர் தொடர்ந்த உரையாடல்களாலும், நிகழ்வுகளாலும் எனக்குள் மொழி பற்றிய பிரக்ஞையை ஓரளவேனும் விதைத்தவர். அவர் ஒரு பெரும் இலக்கிய ஆளுமை. அவரால் செம்மையாக்கம் பற்றிய எண்ணம் பரவலாகியுள்ளது. அவருக்கு என் நன்றிகள்.

தலைசிறந்த புனைகதையாளர்களில் ஒருவராக தேவிபாரதி அவர்களைத் நான் எண்ணுகிறேன். தேர்ந்த மொழியும், நவீனத்தை தாண்டிச்செல்லும் அம்சங்களும், உயர்ந்த வகை கதையாடலும் அவர் படைப்புகளின் இயல்பாயுள்ளன. அதனால் இத்தொகுப்புக்கு அவருடைய முன்னுரையை விரும்பினேன். அவரும் ஒப்பி இக்கதைகளை மதிப்பிட்டு எழுதியுள்ளார். அவரே ஆரம்பத்திலிருந்து என் கதைகளை வெளியிட்டு ஊக்கமளித்தவர். அவருக்கு மிக்க நன்றிகள்.

காலச்சுவடு இதழில் என் சிறுகதை முதலில் வெளியான போது அதில் சுகுமாரன் அவர்களின் கவிதைகளுமிருந்ததைப் பெருமையாக நினைத்தேன். அவருடைய கவிதைகளை மிகவும் ஈடுபாட்டுடன் வாசிப்பேன். அவற்றால் பெரும் உத்வேகம் அடைந்துள்ளேன். அவர் நம் காலத்தின் மிகச் சிறந்த கவிஞரும் இலக்கியவாதியுமாவார். இதன் வெளியீட்டில் பங்காற்றிய அவருக்கு நன்றிகள்.

இத்தொகுப்பிலுள்ள சிறுகதைகள் இதழ்களில் வெளியாகையில் அவற்றுக்கு ஓவியங்களை வரைந்தவர்கள் சந்தோஷ், செல்வம். எனக்கு இணையாக அவர்கள் கதைகளை வாசித்ததை அவற்றால் உணர முடிந்தது. அவர்களுக்கு நன்றிகள். சிறுகதைகளை வெளியிட்ட அந்தந்த இதழ்களின் ஆசிரியர்களுக்கு நன்றிகள். இப்புத்தக அட்டையைச் சிறப்புற வடிவமைத்த நரேந்திரன், ஆக்கத்தில் பணிகளையாற்றிய ஷாலினி, கலா ஆகியோருக்கும் நன்றிகள். என்னைப் புகைப்படமெடுத்துத் தந்த சுபாஷ் அவர்களுக்கும் நன்றிகள்.

என்னுடன் எப்போதும் உறுதுணையாயிருக்கும் அனைத்து நண்பர்களையும் வழக்கம்போல் நினைத்துக்கொள்கிறேன்.

வாணியம்பாடி **மு. குலசேகரன்**
டிசம்பர், *2013*

அருகில் வந்த கடல்

அவன் சுற்றுலாப் பயணங்களின் போது தான் கண்ணெட்டும் தூரம்வரை விரிந்திருக்கும் பெரும் கடலைக் கண்டிருக்கிறான். ஆளற்ற கடற்கரையில் ஒருமுறை நண்பர்களோடு அலைகளில் புரண்டு திளைத்திருக்கிறான். அவன் வசிக்கும் சிறு நகரம் கடலிலிருந்து நூற்றுக்கணக்கான மைல்கள் தள்ளி உள்ளே ஒளிந்திருக்கிறது. அங்கு வாழ்பவர்களுக்கும் கடலுக்கும் இது வரையிலும் எந்தத் தொடர்பும் இல்லை. விடுமுறை நாளான அன்று மாலையில் தெருவில் விளையாடிக்கொண்டிருந்த பையன் ஆச்சரியத்தில் கூவினான். அச்சிறுவனுக்கு ஒன்றும் புரியவில்லை. வீட்டிலிருந்து ஓடிவந்த மற்றவர்களுக்கும் முதலில் என்னவென்று தெரிந்திருக்கவில்லை. தொலைக்காட்சியிலும் வானொலியிலும் முன் கூட்டிய எச்சரிக்கையோ அறிவிப்போ ஏதும் வெளியாகியிருக்கவில்லை.

அவனது அரைத் தூக்கத்தில் கூக்குரல்கள் மெதுவாகக் கேட்டன. எழுந்து பார்க்கையில் வீடு வெறிச்சோடியிருந்தது. சட்டையை அணிந்தவாறு வேகமாக வெளியே வந்தான். சூரியன் மஞ்சள் நிறம் பூசியிருந்தது. அவனுடைய மனைவியும் பையனும் தெருமுனையில் கூட்டத்தோடு நின்றிருந்தார்கள். தெருநாய்கள் ஒன்றுகூடி ஓயாமல் குரைத்துக்கொண்டிருந்தன. அங்கு சென்று அவனும் அத்திசையில் பார்த்தான். வெகுதொலைவில் கானல்போல் நீல நிறத்தில் நீர் நிறைந்திருந்தது.

அதிலிருந்து அலைகள் எழுந்து அசைவதும் தெரிந்தன. அவற்றின் பேரிரைச்சல் மெல்ல ஒலிப்பது போலிருந்தது. அடிவான் விளிம்புவரை கடலே காணப்பட்டது. அது அங்கேயே நிலைத்து நின்றிருப்பதாகத் தோன்றியது.

அவனுக்கும் பிறருக்கும் கடலைப் பார்ப்பதென்பது மகிழ்ச்சி தருவதாயிருந்தது. பட்டுத் துணிபோல் தெரிந்த நீலப்பரப்பு அற்புதமான காட்சியாக இருந்தது. சிறுவர்களுக்குக் கடலென்று அறிமுகப்படுத்தப்பட்டதும் "கடல்! கடல்!" எனத் தொடர்ந்து கத்திக்கொண்டிருந்தார்கள். கடலை நோக்கிச் சென்றது போக, அதுவே தேடி வருவதில் அனைவரும் பரவசத்தை அடைந்தார்கள். அருகிலேயே கடலிருந்தால் அதன் அழகை நாள்தோறும் இரசித்துக்கொண்டிருக்கலாம். மாலை வேளைகளில் கடற்கரைக்குச் சென்று காற்றாடலாம். சங்குகளையும் சிப்பிகளையும் பொறுக்கிப் பிள்ளைகள் ஈர மணலில் விளையாடும். கடல் மீன்கள் மலிவாகவும் எப்போதும் உண்ணக் கிடைப்பதாகவுமிருக்கும். ஏன், கப்பல்களிலும் படகுகளிலும் ஏறிப் பொழுதுபோக்காகப் பயணம் போகலாம். ஒரே மாதிரி ஓடிக்கொண்டிருக்கும் வாழ்க்கை பல மாறுதல்களுக்கு உள்ளாகும்.

அவர்கள் கடலையே பார்த்துக்கொண்டிருந்தார்கள். வானம் மேகமூட்டத்துடன் சாம்பல் நிறமாக மாறியது. தூரத்தே அலைகள் வெண்ணிறமாகத் தெரிந்தன. அவனைப் பார்த்து விட்டு மனைவி அருகில் வந்தாள். அவனுடைய பையன் வெற்றுடம்புடன் குதித்துக்கொண்டிருந்தான். "எவ்வளோ பெரிய கடல்!" என்றாள், வியப்பு இன்னும் அடங்காமல். அவன் தோள்களை உரசியபடி "எப்படி இவ்வள அருகே வந்திச்சிங்க?" என்று கேட்டாள். அவன் "எங்கியாவது புயல் உண்டாயிருக்கலாம்" என்றான். "பையனுக்குக் காலையிலிருந்து காய்ச்சல், படுத்திட்டிருடான்னாக் கேக்க மாட்டேன்றான்" என்றாள். பிறகு பக்கத்து வீட்டுப் பெண்ணிடம் சென்றாள். "வீட்டுக்காரர் இப்போதான் வேலைக்குப் புறப்பட்டுப் போனார்" என்று பக்கத்து வீட்டுக்காரி சொல்வது கேட்டது. அவள் கரிய சிலையைப் போல் பளபளப்பாகச் செதுக்கிய உடலோடு இருப்பாள். தெருவில் ஆண்கள் எதிர்ப்பட்டால் தலை குனிந்து பதுமை போல நடந்துசெல்வாள். இங்கு குடிவந்த இவ்வளவு நீண்ட காலத்தில், சில சந்தர்ப்பங்களைப் பயன்படுத்தி அவளோடு பேசியிருக்கிறான். அவளும் ஓரிரு வார்த்தைகளில் பதிலளித்துவிட்டு நகர்ந்துவிடுவாள். அவள் கணவனும் யாருடனும் பேசுவதில்லை. முன் வழுக்கை பளிச்சென்று தெரியப் பல்வேறு வேளைகளில் சைக்கிளில்

மு. குலசேகரன்

வேகமாக வேலைக்குப் போவதைப் பார்த்திருக்கிறான். வானின் ஒளி குறைந்துகொண்டிருந்தது. கீழே கடல் கரும் பச்சையாக நீண்டிருந்தது. அவன் திரும்பி அவர்களை நெருங்கிச் சென்றான். கடல் நீர் மிகுந்த உப்பாயிருக்கும் என்று பேசிக் கொண்டிருந்தார்கள். "இப்பல்லாம் கடல் நீரைக் குடிநீராச் சுலபமா மாத்திடலாம்" என்று கூறினான். அவன் மனைவி ஆச்சரியத்தோடு ஏறிட்டுப் பார்த்தாள். பக்கத்து வீட்டுப் பெண்ணின் கால்களைக் கறுப்புப் பையன் ஓடி வந்து கட்டிக் கொண்டு "அம்மா, கடலுக்குப் போய்ப் பார்க்கலாம்மா" என்றான். அவள் புன்னகையுடன் பையனை அணைத்துத் தட்டிக் கொடுத்தாள்.

பின்னால் கடல் ஆழ்ந்த நீலத்தில் அமைதியுடன் தோன்றியது. அதன் நீராலான சுவர் தகர்க்க முடியாதது போல் நின்றிருந்தது. அது தீர்க்கமாக மெல்ல முன்னேறிக் கொண்டிருப்பதான பிரமையைக் கொடுத்தது. பறவைகள் கலவரமுற்றுச் சிறுபுள்ளிகளாக வானில் வட்டமிட்டுக் கொண்டிருந்தன. அந்தப் பக்கம்தான் மற்றொரு தொழில் நகரமிருக்கிறது. சிலர் மாடிகளில் ஏறி நின்று பார்த்துவிட்டுக் கடைசிவரை தண்ணீரே பரவியிருப்பதாகத் தெரிவித்தனர். பிள்ளைகள் தொடர்ந்த ஆரவாரத்திலிருந்தனர். சில சிறுவர்கள் குளிப்பதற்கு ஆயத்தமாகச் சட்டைகளைக் கழற்றிக் கைகளில் பிடித்துச் சுழற்றினர். பெரியவர்கள் உள்ளூரக் கவலையோடு அவர்களைக் கோபமாகத் திட்டினார்கள். பலரும் கைபேசி களை எடுத்துப் பிறருடன் பேச முயன்று தோற்றனர். அனைத்து இணைப்புகளும் பழுதாகி இருந்தன. வெளியுலகோடு தொடர்புகொள்ள இயலவில்லை. மின்சாரமும் காலையி லிருந்தே இருந்திருக்கவில்லை. தொலைக்காட்சிப் பெட்டி களும் வானொலிகளும்கூடச் செயலிழந்து கிடப்பதாகத் தெரிவித்தனர். அவனும் உறவினர்களின் நிலையைத் தெரிந்து கொள்ளப் பலமுறை முயற்சியை மேற்கொண்டான். பிற பகுதிகளிலிருப்பவர்களோடு பேசவே முடியவில்லை. தனிமை யின் தீவில் அகப்பட்டுக் கொண்டவர்களாக எண்ணி அனைவருக்குள்ளும் அச்சம் பெருகத் தொடங்கியது. அதைக் கூட்டுவதைப் போல் நாய்கள் தொடர்ந்து ஊளையிட்டுக் கொண்டிருந்தன.

சுற்றிலும் இருண்டு மழைபெய்யும் போலிருந்தது. கடல் கருமையடைந்து நெருங்கி வருவதுபோல் தோன்றியது. அலைகள் தென்னை உயரத்துக்கு எழுந்து தாழ்ந்துகொண் டிருந்தன. கடலின் ஓசை காதில் தொடர்ந்து கேட்டுக்கொண் டிருப்பது போல் பட்டது. அனைவருக்குள்ளும் பயம் நிரம்பி

அமைதியாக நின்றிருந்தார்கள். விளக்கேற்றும் வேளையில் பெண்கள் மெல்லக் கலைந்தனர். மெழுகுவர்த்திகளையும் அவசர விளக்குகளையும் தேடி ஏற்றி வேகமாக இரவு உணவைத் தயாரிப்பதில் ஈடுபட்டார்கள். ஆண்களும் நகரத் தொடங்கி னார்கள். அங்கேயே ஓரிரு சிறுவர்கள் பிரிய மனமில்லாமல் விளையாடிக்கொண்டிருந்தனர். அவர்களை அவ்வப்போது வீடுகளிலிருந்து குரல்கள் அதட்டின. அவன் பையனை அழைத்து வந்து போர்த்திப் படுக்க வைத்துக் காய்ச்சலுக்கான மருந்தைப் புகட்டினான். அவன் மனைவி நெற்றியில் அழுத்த மாகத் தைலம் தடவிவிட்டாள். பையனுக்கு ஜுரம் கூடிக் கொண்டேயிருந்தது. ஜன்னி பிடித்தாற் போல் பிதற்றிக் கொண்டிருந்தான். "கடல், கடல்" என்று உதடுகள் ஓயாமல் முணுமுணுத்தன. உடலிலிருந்து அனலடித்தது. பையன் அம்மாவின் கைகளை அழுத்தமாகப் பற்றியிருந்தான். திடீரென்று வெளியே கூக்குரல்கள் எழுந்தன. "கடல் வருது, கடல் கிட்ட வந்துடுச்சி!" என்று அலறினர். அவன் நாற்காலி யைத் தள்ளிக் கொண்டு வெளியே ஓடிச்சென்றான்.

வெளியில் ஏற்கெனவே பலர் நின்றிருந்தார்கள். எப்போதும் மனிதருடனிருக்கும் தெருநாய்கள் ஒன்றுகூட இல்லை. மழை இலேசாகத் தூறிக்கொண்டிருந்தது. சில நட்சத்திரங்களோடு நிலவின் ஒளி மங்கலாக வீசியது. கடல் நெருங்கிக்கொண் டிருப்பது நன்றாகப் புலப்பட்டது. அதன் அலைகள் இருட்டில் பால்போலப் பொங்கின. கடலின் பேரிரைச்சல் துல்லியமாகக் கேட்டது. அருகாமை நகரங்கள் இருந்ததற்கான அடையாளங்க ளில்லை. சில உயர்ந்த கட்டடங்கள் மட்டும் வெளியில் தலைகளை நீட்டியிருந்தன. ஓரிரு பெரும் மரங்கள் வெள்ளத்தில் அசைந்தாடின. அனைவரின் முகங்களும் பயமடைந்து கிடந்தன. ஒருவர் பெரும் பீதியுடன் "நாமெல்லாம் மூழ்கப் போறோம்" என்றார். மற்றொருவர் நம்பிக்கையற்ற குரலில் 'கடல் அங்கேயே நின்றிருக்கிறது' என்று அபிப்ராயப்பட்டார். 'கொஞ்சம் மேடா யிருப்பதால் ஊருக்கு வெளியிலேயே கடல் நின்றுவிடும்' எனச் சிலர் ஆறுதல் கொண்டனர். அப்படியே வந்தாலும் ஓரிரு அடிகள் தேங்கிக் காலைக்குள் வடிந்துவிடு மென்றனர். சில பெரியவர்கள் மட்டும் 'மொத்தமாக எதிர்த்திசையில் ஓரிரு ஊர்கள் அடுத்துள்ள மேட்டுப் பகுதிக்குத் தப்பித்துச் சென்று விடுவதே நல்லது' என்றனர். 'முக்கியமான பொருட் களை எடுத்துக்கொண்டு அவரவர்களிடம் உள்ள வாகனங் களில் கிளம்பலாம். இல்லாதவர்கள் நடைப் பயணமாகச் செல்லலாம்' என்றார்கள். குடும்ப உறுப்பினர்கள் அதிகமாக உள்ளவர்கள் தயங்கி அங்கேயே நின்று பேசிக்கொண்டிருந் தார்கள். சிலர் மட்டும் அப்போதே மனைவி குழந்தையோடு

இரு சக்கர வாகனங்களில் வேகமாகப் புறப்பட்டார்கள். அவனும் வீட்டிற்குச் சென்று மனைவியும் பையனோடும் இரண்டு ஊர் தள்ளியிருக்கும் அப்பாவின் வீட்டிற்குச் செல்லலாமென நினைத்தான். எல்லாக் கதவுகளையும் சன்னல்களையும் மூடிவிட வேண்டும், இரண்டு பயணப் பைகளில் மட்டும் வேண்டிய துணிமணிகளைத் திணித்துக்கொண்டு புறப்படலாம் என்று தீர்மானித்தான். அவர்கள் ஒருவருக்கொருவர் ஆலோசித்துக்கொண்டிருக்கையிலேயே கடலின் ஓங்காரம் காதில் நுழைந்தது. எலும்புகளை நடுக்கமுற வைக்கும் குளிர்ந்த காற்று ஊடுருவியது. அலைகளின் வெண் நுரைகள் பளிச்சென்று புலப்பட்டன. ஓங்கி வளர்ந்திருந்த மரங்கள் முறியும் ஓசை அருகே கேட்டது. கணத்துக்குக் கணம் கடல் இரையும் சப்தம் கூடிக்கொண்டிருந்தது. அவர்கள் ஏதும் செய்வதறியாமல் திகைத்து நின்றனர். பயமுற்ற கால்கள் நகர மறுத்தன.

மேலே நிலவு வெளிச்சம் காய்ந்தது. அதில் சிறு கடலலைகள் பளபளத்தன. அவை மேடுபள்ளங்களை நிறைத்துக் கொண்டு வந்தன. பசுமையான செடிகொடிகள் வளைந்து மூழ்கின. பல அடிகள் முன்னேறி மீண்டும் பின்வாங்கிச் சென்றது நீர். நனைந்த புதர்கள் சொட்டியபடி மீண்டும் தலைதூக்கின. நெருங்காது என்று நினைத்த கடலின் எங்கோ தூரத்தில் ஒரு ராட்சத அலை புறப்பட்டு வந்தது. அது கிட்டத்தில் வந்து உடைந்தது. அனைவரும் அலறியவாறு பிரிந்து ஓடினர். அவர்களின் பின்னால் துரத்தி வந்த நீர் கால்களை நனைத்து விட்டுச் சென்றது. அவன் நம்ப முடியாமல் தயங்கி நின்று பார்த்தான். நீரைக் காய்ந்த தெருக்களின் புழுதி சரசரவென்று கொப்புளங்கள் வெடிக்க உள்ளிழுத்தது. சற்று நேரம் கழித்துத் திரும்பிப் பார்க்கையில் ஒரு சிறு அலை எழும்பி வடிந்தது. நாலைந்து அலைகளுக்குப் பின்னால் மறுபடியும் ஒரு பெரும் அலை. அது ஆடைகளையெல்லாம் நனைத்தது. அப்போதுதான் கவனித்தான், ஈரக்கால்களில் நுண் மணல் ஒட்டியிருப்பதை. கீழே எங்கும் மணல் படிந்திருந்தது. அதில் வெண்மையான சங்குகளும் சிப்பிகளும் எஞ்சி நின்றிருந்தன. மறுடியும் ஓர் அலை அவற்றை எடுத்துச் சற்று முன்னால் வீசியது. அலைகள் ஓய்வின்றி இயங்கிக் கொண்டிருந்தன. நீர்மட்டம் மெல்ல ஏறிக்கொண்டிருந்தது. சற்றுத் தூரத்தில் தெரிந்த வீடுகளின் படிகளிலும் சுவர்களிலும் ஈரம் படர்ந்தது. உள்ளிருந்து அலறல் குரல்கள் கேட்டுக் கொண்டிருந்தன. அவர்களைக் காப்பாற்றி அழைத்துச் செல்லத் திரும்பினர். பையனும் மனைவியும் கட்டிலில் ஒட்டிப்

அருகில் வந்த கடல்

படுத்திருப்பது அவன் மனதில் தோன்றியது. ஒரு பேரலை நடுவிலிருந்து எழுந்து வருவதைக் கண்டதும் ஒருவன் "ஓடுங்க, ஓடுங்க" என்று கத்தினான். மீண்டும் கூட்டமாக எதிர்த் திசையில் விரைந்தனர். முட்டியளவு நீரில் பாதங்களை மணலரிக்கத் தடுமாறினர். அலை தாக்கவும் யாரையும் பார்க்க முடியாமல் ஒருவரையொருவர் தள்ளிக்கொண்டு ஓடத் துவங்கினர். அக்கூட்டத்தோடு அவனும் முன்னால் இழுத்துச் செல்லப்பட்டான். சிலர் முதியவர்களையும் குழந்தைகளை யும் பாதுகாப்பாகப் பற்றியிருந்தனர். அதையும் மீறிப் பலரை அலைகள் இழுத்துச் சென்றன. எங்கும் அனாதரவான கூக்குரல் கள் எழுந்துகொண்டிருந்தன. யாரையும் மற்றவர் காப்பாற்றும் நிலையில் இல்லை. ஒவ்வொருவரும் உயிராசையால் உந்தப்பட்டவர்களாக, மரணத்திலிருந்து தப்பிக்கத் தனித்தே போராடிக்கொண்டிருந்தனர். அவன் கால்கள் துவள தூரத்தி லிருந்த சிறு குன்றே குறியாக ஓடிக்கொண்டிருந்தான். அவனுக்குள் வேறு எண்ணங்கள் அற்றிருந்தன. அருகாமை ஊரைக் கடந்து மேடிட்டிருந்த குன்றின் அடிவாரத்தை நெருங்கினர். உச்சியில் வண்ணங்கள் பூசிய சிறிதான கோபுரம் நின்றிருந்தது. அங்குதான் பலருக்குமான குலதெய்வக் கோயில் இருக்கிறது.

அவன் கீழ்ப்படியில் மூச்சிரைக்க வந்து நின்றான். ஏற்கெனவே ஒதுங்கியிருந்த சில நாய்கள் வேகமாக வாலை ஆட்டின. ஓரமாயிருந்த சிறு பாறையில் கால் நடுங்க உட்கார்ந் தான். பின்னால் பலரும் முண்டியடித்து மேலே வேகமாக ஏறினர். மற்றவர்கள் நிழலுருவங்களாக முட்டியளவு தண்ணீரில் சப்தமெழ இன்னும் ஓடிவந்துகொண்டிருந்தார்கள். சிலருடைய கைகளிலும் தோள்களிலும் சிறு மூட்டைகளும் கைப்பைகளும் இருந்தன. அவனுக்கு மங்கிய வெளிச்சத்தில் ஒருவருடைய அடையாளமும் தெரியவில்லை. அவனுடைய மனைவியும் பையனும் முன்பே தப்பி வந்திருக்கலாம். அவர்களின் பெயர் களைச் சொல்லிக் கூப்பிட்டுப் பார்த்தான். அவற்றின் எதிரொலிகளைப் போல் பலருடைய குரல்களும் வெவ்வேறு பெயர்களைக் கூவி அழைத்துக்கொண்டிருந்தன. காற்றில் பொருளில்லாமல் வெறும் சப்தங்களாக அலைந்துகொண் டிருந்தன. அவற்றில் அறிமுகமானவர்கள் என்று யாருமில்லை. மீண்டும் இறங்கி ஊருக்குச் சென்று வீட்டில் பார்த்து வரலாமா என்ற எண்ணம் தோன்றியது. எந்தத் திசையிலிருக்கிறோம் எனத் தெரியாத இருட்டுக் காட்டில் அகப்பட்டிருப்பது போலிருந்தது. பலமுறை கத்திக் கூப்பிட்டுக்கொண்டே யிருந்தான்.

மு. குலசேகரன்

"என் வீட்டுக்காரரப் பாத்திங்களா?" என்ற குரலைக் கேட்டுத் திடுக்கிட்டு நிமிர்ந்தான். அங்கங்கே படிக்கட்டுகளில் யாரோ கோயில் பந்தங்களைக் கொளுத்தி நட்டிருந்தார்கள். நிழலோடு ஆடுகின்ற ஒளியில், பக்கத்து வீட்டுப் பெண் அருகே நின்றிருப்பது தெரிந்தது. அவள் கையில் தன் மகனை இறுகப் பிடித்திருந்தாள். அவள் முகம் கல்லைப் போலிருந்தது. அவளைக் கண்டதும் அவனுக்கு அடைத்திருந்த கண்ணீர் பீறிட்டது. "நான் யாரையுமே பார்க்கலியே..." என்றபடி முகத்தைக் கைகளால் மூடிக் குலுங்கி அழுதான். "அழாதீங்க, வாங்க மேல போய்ப் பார்ப்போம்" என்றாள். அவன் பாரம் பெரிதும் குறைந்தவனாகக் கண்களை அழுந்தத் துடைத்துக் கொண்டு எழுந்தான். இங்கேயும் நீர் எட்டிவிடும்போல் அலைகள் கீழே மோதிக்கொண்டிருந்தன. இருவரும் படிகளில் நடந்தனர். அவன் துவண்டிருந்த பையனைக் கைத்தாங்கலாக அழைத்துவந்தான். தீச்சுவாலைகளின் வெளிச்சம் அவளின் கறுத்த உடலில் படிந்து திரைபோல ஆடியது. "உன் வீட்டுக் காரரையும் காணலையா?" என்றான். "அவரு வேலைய விட்டு வீட்டுக்கே வரலை" என்றாள் மெதுவாக. "எப்ப வருவார்னு சொல்லிட்டுப் போயிருந்தாரு?" என்று கேட்டான். "அதெல்லாம் அவரு சொல்லமாட்டாரு... கேட்டாக் கோபப்படுவாரு" என்றாள் அழுதபடி. அவள் கண்களில் தாரையாகக் கண்ணீர் பெருக்கெடுத்தது. பையனும் புரியாமல் உடன் அழுதான்.

அவர்கள் வளைந்த படிகளில் மௌனமாக ஏறிக்கொண் டிருந்தார்கள். பலரும் கூச்சலிட்டபடி எதிரில் ஏறி இறங்கிக் கொண்டிருந்தனர். ஒரு படியருகில் யாரோ கைவிட்டிருந்த சிறு மூட்டையில் இடித்துக்கொண்டு அவள் விழவிருந்தாள். அவன் உடனே அவளைத் தாங்கிப் பிடித்தான். அவளின் பிதுங்கிய இடுப்பு மடிப்பு கைகளில் மிருதுவாக உருண்டது. இருவரும் கீழே அப்படியே ஓரமாக உட்கார்ந்தார்கள். பையன் படிகளில் முன்னும் பின்னுமாக ஓடி விளையாடத் தொடங் கினான். அவள் சேலையைத் தூக்கிக் கால் விரல்களைப் பார்த்தாள். சுண்டு விரல் நகம் பெயர்ந்து இரத்தம் கசிந்து கொண்டிருந்தது. அவன் விரலால் இலேசாக அதை அழுத்திப் பிடித்தான். அருகிலிருந்த கறுப்பான விரலின் மெட்டி பளீரென்று ஒளிர்ந்தது. அவள் மீண்டும் அழத்தொடங்கினாள். அவன் மெல்ல அவள் முதுகில் தட்டிக் கொடுத்தான். "அழாத ... என்ன பண்றது..." என்றான். அவள் மகன் திடீரென ஏறிவந்த ஒரு கூட்டத்தில் சிக்கித் தவித்தான். "அம்மா... அம்மா..." என்று அலறினான். அவள் "டேய்..." என எழுந்துகொள் வதற்குள் மற்றொரு திரள் மோதியது. அதில் இருவரும்

அருகில் வந்த கடல்

கலந்து தடுமாறினார்கள். அதற்குப் பின் பையனின் குரல் கேட்கவில்லை. மேலே சென்று தேடினார்கள். மறுபடியும் கீழே ஓடி வந்தார்கள். பையன் எங்கும் காணப்படவில்லை. மீண்டும் படிகளில் ஏறத்தொடங்கினார்கள்.

மழை சிறு தூறலாகப் பெய்துகொண்டிருந்தது. அவள் விசும்பியபடி காற்றில் நனைந்த செடியைப் போல் தள்ளாடி நடந்துவந்தாள். அவன் அவளைக் கைத்தாங்கலாகப் பிடித்திருந் தான். அவர்கள் உச்சியை அடைகையில் பெரும் மனிதக் கூட்டம் நிரம்பியிருந்தது. எதிரே மண்டபத்தில் ஆண்களும் பெண்களுமாக நெருக்கி நின்றிருந்தார்கள். கருவறையிலும் சிலர் ஒண்டியிருப்பது தீபத்தின் ஒளியில் தெரிந்தது. எங்கும் நிற்க இடமில்லை. திறந்த வெளியில் அங்கங்கே பலர் உட்கார்ந்தும் நின்றும் இருந்தனர். சிலர் அந்த அரையிருளில் யார் யாரையோ தேடித் திரிந்து கொண்டிருந்தார்கள். அவர்கள் இருவரும் பையனின் பெயரைக் கூவியவாறு அங்கு மிங்கும் நடந்தனர். சில பிள்ளைகள் யாருடைய துணையுமின்றி அலைந்துகொண்டிருந்தன.

இருவரும் நடந்து மண்டபச் சுவரையொட்டி உட்கார்ந் தார்கள். மழை புகைபோல் பொழிந்துகொண்டிருந்தது. அவள் அப்போதும் தேம்பிக்கொண்டிருந்தாள். “என் மகன் என்னை விட்டு எப்பவுமே பிரிஞ்சிருக்கமாட்டானே ...” என்று அரற்றத்தொடங்கினாள். அவன் என்ன சொல்வதென்று தெரியாமல் அவளிடம் நகர்ந்து கைகளைப் பற்றி அழுத்தினான். அவை பனிக்கட்டிகளைப் போல் சில்லிட்டிருந்தன. அவளைத் தோளோடு சாய்த்துக்கொண்டான். அப்போதும் அவளிட மிருந்து கேவல்கள் பீறிட்டுக்கொண்டிருந்தன. திடீரென்று ஒருவன் விரைவாக வந்து அவர்களை நோக்கிக் குனிந்தான். ஒரு பீடியைப் பற்றவைத்துக்கொண்டு தீக்குச்சியை அணைக்கா மல் தூக்கிப் பிடித்துப் பார்த்தான். இருவரும் மூச்சடைத்துப் பேசாமலிருந்தார்கள். நெருப்பு வெளிச்சத்தின் பின்னால் தலையை ஆட்டி இளித்துக்கொண்டிருக்கும் முகம் புலப்பட்டது. ஒரு கணம் அது அவளுடைய கணவனுடையதைப் போல் அவனுக்குத் தோன்றியது. பின் அந்த உருவம் தீக்குச்சியை எறிந்துவிட்டுத் தள்ளாடிச் சென்று மறைந்தது. அவள் கணவனாக இருக்க முடியாது என்று நினைத்துக்கொண்டான். அதேபோன்ற சாயலுள்ள வேறொருவனாக இருக்கலாம்.

அவர்கள் குளிரில் நடுங்கினார்கள். அவன் எழுந்து சற்றுத் தூரமுள்ள பாறைகளுக்கு அவளை நடத்திச்சென்றான். அங்கு துருத்தியிருந்த சிறு பாறைக்குக் கீழே அமர்ந்தார்கள்.

அவளது உடல் இன்னும் நடுங்கிக்கொண்டிருந்தது. மேலே சேலையால் இழுத்துப் போர்த்திக்கொண்டிருந்தாள். அவன் கைகள் ஆதரவுடன் அவள் தலையைத் தடவி முதுகை வருடின. அவளின் பரந்த முதுகு அழுகையில் குலுங்கியது. அவளின் கலைந்த கூந்தல் பின்புறத்தில் படிந்து தவழ்ந்து கொண்டிருந்தது. "அழாம தைரியமாயிரு ... பையன் எங்கியாவது உயிரோடு தான் இருப்பான்" என்று அவள் காதுகளில் கிசுகிசுத்தான். அவன் மூச்சு அவனுக்கே உஷ்ணமாகப்பட்டது. அவள் உடைந்து அழத் தொடங்கினாள். அவன் அவளுடைய தோளை அழுத்திப் பிடித்தான். அவன் மார்பில் தலையை மெல்லச் சாய்த்தாள். தூரத்தே தீப்பந்தங்கள் தூறலில் கரிந்து புகைந்தன. மெல்லிய வெளிச்சத்தில் அவளின் புறங்கழுத்தின் செம்பட்டை மயிர்கள் மின்னின. அவளைச் சேர்த்து அணைத்தான். அவன் கரங்களில் துவண்டிருந்த அவளின் அழுகை படிப்படியாகக் குறையத் தொடங்கியது. அவளின் ஈரமான இதழ்களை இழுத்து முத்த மிட்டான். அவை வாய்க்குள் உயிர்ப்போடு நெளிந்தன. அவன் கண்களில் நீர் துளிர்த்தது.

எக்காலத்திலும் அடைய முடியாதென நினைத்த அவள் உண்மையாகவே அவன் கைகளுக்குள் நிறைந்திருந்தாள். இத்தனை நாட்களாக அவள் கடலின் அடியாழத்தில் முத்துக் களோடும் பவளங்களோடும் உறைந்திருந்திருக்கலாம். அவன் இதற்காகவே பல பிறவிகளாகக் கடற்கரையில் காத்திருந்திருக் கிறான் போலும். அலைகள்தான் அவளை எடுத்து மேலே சேர்த்திருக்கின்றன. இப்போது அவன் மடியில் இரத்தமும் சதையுமாகக் கிடக்கிறாள். அனைத்துமே கற்பனையில் நடப்பவை போலிருக்கின்றன. ஆனால் அவள் அருகிலிருப்பது நிஜம். அவளின் மெத்தென்ற உடல் நெளிவுசுளிவுகளோடு எதிரிலேயே இருக்கிறது. அம் மாபெரும் கடலுக்கு அப்புறமாக மறுகரையில் அவனுடைய மனைவியும் பையனும் அவளுடைய கணவனும்கூட நிம்மதியாக உறங்கிக்கொண்டிருப்பார்கள். அவர்களுக்கு ஏதும் ஆகியிருக்காது. ஒருவேளை இதெல்லாமே அவர்களுக்குத் தெரியாமல் இருக்கலாம். வீட்டினுள்ளிருக்கும் அவர்களுக்கு இதை அறியும் வாய்ப்பில்லைதான். இந்தக் கடல் தாண்டி குன்றின் உயரத்தில் யாரும் காணாமல் அவனது ஒளிந்துகிடக்கும் இச்சைகள் வெளிப்பட்டுக்கொண்டிருக்கின்றன.

அவன் கண்களை அவள் துடைத்துவிட்டு மடியில் சரிந்து படுத்தாள். அவளின் மேலாடைகளுக்குக் கீழே அவன் விரல்கள் தேடிச் சென்றன. அனிச்சையாக ஆடைகளை நீக்கி மார்பகங்களை நீவின. அவை அப்போதுதான் ஈன்றெடுத்த

விலங்குக் குட்டிகளைப் போல் அசைந்தன. அந்தக் குளிர்ச்சியி லும் உள்ளார்ந்த வெம்மையோடு அவன் முகத்தில் அழுந்தின. அவன் நாவில் ஊறும் எச்சிலோடு உப்பின் சுவையும் கலந்தது. அவளின் ஒரு கரம் நீண்டு அவன் கழுத்தை அணைத்தது. அவன் கால்களால் அவளைப் பிணைத்து மேலே கவிழ்ந்தான். அவனது உடல் அவளிடம் உயிரின் தாபத்தோடு நாடியது. இருவரும் பாறையின் இடுக்கில் மேலும் குறுகித் தழுவிக் கிடந்தனர். தொலைவிலிருந்து சில பேச்சுக் குரல்கள் நெருங்கி வந்தன. உடைகளை அவசரமாகச் சரிசெய்துகொண்டு இருவரும் விலகிப் படுத்தனர். சிலர் நடந்துவந்து இடம் கிடைத்ததில் களைப்போடு அங்கங்கே சாய்ந்தனர். அனைவரும் அயர்ச்சியில் அரையுறக்கத்தின் மயக்கத்தில் ஆழ்ந்தார்கள்.

அவன் தலை கனத்து வலிக்கக் கண் விழித்துப் பார்க்கை யில், பொழுது விடிந்து எங்கும் வெளிச்சம் படரத் தொடங்கி யிருந்தது. அருகில் உறங்கிக்கொண்டிருந்த அவளை எங்கும் காணவில்லை. அங்கிருந்து முன்பே எழுந்து சென்று விட்டிருப்பாள் போலும். விடியலின் வினோதமான சப்தங்கள் இடைவிடாமல் கேட்டுக்கொண்டிருந்தன. கண்களெரியச் சுற்றிலும் நோக்கினான். கீழே தண்ணீர் சிறிதுமில்லை. மழை முழுதாக ஓய்ந்திருந்தது. கடல் பொங்கி வந்து தாக்கியதற்கான எவ்விதத் தடயங்களுமில்லை. வெளியில் ஈரமேயின்றி பூமி காய்ந்து வறண்டிருந்தது. வெயில் வெப்பத்தோடு வேகமாக வீசிக்கொண்டிருந்தது. அவள் இரவில் இருந்ததற்கான அடையாளம் காணப்படவேயில்லை. ஆனால் அவளின் கறுத்த உடல் வெம்மையோடு நினைவில் ஆழமாகப் பதிந்திருந்தது. அவள் முகம் எதிரில் விரிந்து சலனமற்று அவனைக் கடந்து நோக்கிக்கொண்டிருந்தது. கடக்க முடியாத பெரும் கடலில் அவளோடு தனியாக மூழ்கித் தவிப்பதாக நினைத்தான். எப்போதுமே அதை மறக்க முடியாது போலிருந்தது. அவன் அங்கிருந்து வேகமாக எழுந்தான். கடல் வெள்ளம் விட்டுச் சென்ற ஒரு பொருளாவது அருகில் கிடக்குமா என்று தேடிப் பார்த்தான். ஒரு சிப்பி, ஒரு சங்கு அல்லது கையளவு நீல நீர்... ஏதாவது ஒன்று கிடைத்தாலும் போதும்.

●

மு. குலசேகரன்

எழுதி முடிக்காத உயில்

இனிமேல் நடக்கப்போவதை யோசித்தவாறு மருத்துவமனைத் தோட்டத்தில் உட்கார்ந்திருந் தேன். எதிரிலிருந்த ஆண்களின் வார்டில் பலர் நிழலுருவங்களைப் போல் நடமாடிக்கொண் டிருந்தார்கள். மரங்களின் மேலிருந்து காக்கைகள் ஓயாமல் கரைந்தன. அவ்வப்போது இலைகள் உயிரற்றுக் கீழே உதிர்ந்து விழுந்துகொண் டிருந்தன. அருகிலிருந்த சிமெண்ட் பெஞ்சுகளில் ஒன்றிரண்டு பேர் இன்னும் எழாமல் சுருண்டு படுத்திருந்தார்கள். வார்டுக்குள்ளிருந்து சித்தி பதற்றத்துடன் வெளியில் வந்துகொண்டிருந்தாள். நான் எழுந்து அவளை நோக்கி நடந்தேன். அவள் கலங்கிய கண்களுடன் "உன் சித்தப்பா கூப்பிடறாரு" என்றாள். அவளுடன் வேகமாக வார்டுக்குள் நுழைந்தேன். வரிசையான கட்டில்களின் மேல் நோயாளிகள் உட்கார்ந்தும் படுத்தும் கொண்டிருந் தார்கள். சிலர் கழிவறைகளுக்குப் போய் வந்து கொண்டிருந்தார்கள். அவர்களைக் கடந்து சித்தப்பாவினுடைய படுக்கையருகில் சென்றேன். அவருக்கு மேலே பாட்டிலிலிருந்து குழாய்மூலம் கை வழியாக மருந்து ஓரே சீராக இறங்கிக்கொண் டிருந்தது. அவருடைய கண்கள் பாதித் திறந்து பார்த்துக்கொண்டிருக்க உதடுகள் பிராண வாயு மூடிக்குள் புழுக்களைப் போல் துடித்தன. மற்றொரு கை எதையோ சொல்ல விரும்புவதைப் போல் அசைந்தது. தொலைவில் நோயாளி ஒருவரைக் கவனித்துக்கொண்டிருந்த நர்சை அழைத்து வந்தேன். சித்தப்பாவின் வாய்மேலிருந்த மூடியை

நர்ஸ் கழற்றியதும் அவர் மூச்சுவிடும் சப்தம் இரைந்து கேட்டது. பெருமூச்சுகளுக்கிடையில் “வீட்டுக்குப் போகணும்” என்று ஒவ்வொரு வார்த்தையாகச் சொன்னார் அவர். “டாக்டர் எதுவும் சொல்லலையே?” என்று சந்தேகத்தோடு கேட்டேன். ஆனால் சித்தி அழுகையுடன் “உடனே போயிடலாங்க” என்றாள். சித்தப்பா கண்களை மூடிக்கொண்டதும் வாய் மூடியை நர்ஸ் மீண்டும் மாட்டினார். சித்தப்பா விடும் மூச்சு அதில் ஆவியாகப் படிந்து மறைந்து கொண்டிருந்தது திகிலூட்டி யது. இந்தச் சூழ்நிலையிலிருந்து விடுபட்டால் போதும் என்று நானும் நினைத்தேன். எல்லாவற்றையும் பார்த்துக்கொண் டிருந்த நர்ஸ் “டாக்டர்கிட்ட டிஸ்சார்ஜுக்குக் கேளுங்க” என்றார்.

சிறிது நேரத்தில் டாக்டர்கள் குழு வார்டுக்குள் நுழைந்து ஒவ்வொரு நோயாளியாகப் பார்வையிட்டுக்கொண்டு வந்தது. வார்டுக்குப் பொறுப்பாயிருந்த கண்ணாடியணிந்த டாக்டர் சித்தப்பாவினுடைய படுக்கையை நெருங்கியதும் “சார், அவர் வீட்டுக்குப் போகலாம்னு சொல்றாரு” என்றேன். மற்ற டாக்டர்கள் எட்டிப் பார்த்துவிட்டுச் சாதாரண நோயாளி என்பதைப் போல் சுவாரசியமில்லாமல் அடுத்த கட்டிலுக்கு நகர்ந்தார்கள். டாக்டர் மறுப்பேதும் கூறாமல் “அப்ப புறப்படுங்க” என்றார். அவர் சித்தப்பாவினுடைய கோப்பை எடுத்து வேகமாக எதையோ எழுதினார். பிறகு மருந்து சீட்டில் கிறுக்கித் தந்துவிட்டுத் “தொடர்ந்து மருந்து சாப்பிடச் சொல்லுங்க” என்றார். நான் தயங்கியபடி “டாக்டர், அவருக்கு ஏன் மூச்சிரைக்குது?” என்றேன். “அது நாம பெரு மூச்சு விடற மாதிரிதான், சரியாப் போகும்” என்று சொல்லியவாறு அவரும் பக்கத்துப் படுக்கையிடம் சென்றார். அவருடைய பதிலால் சித்தியும் திருப்தியடைந்ததாகத் தோன்றியது. “போய்ப் பணத்தைக் கட்டிட்டு வாங்க” என்றார் நர்ஸ். அலுவலகத்தில் கட்ட வேண்டிய தொகையைக் கணினி மூலமாகக் கணக்கிட்டுத் தந்தார்கள். என்னிடம் சித்தப்பா கொடுத்து வைத்திருந்த பணத்தைவிட அது மிகவும் கூடுதலாயிருந்தது. அவ்வளவு பணம் ஆகும் என்று நான் எதிர்பார்க்க வில்லை. கணினியில் தவறு ஏதாவது ஏற்பட்டிருக்கலாம் என்று குழம்பினேன். சித்தப்பாவின் பெயரும் எண்ணும் சரியாக இருக்கிறதா என்று கவனித்தேன். அதில் முன்பணம் கட்டியதுகூட முழுமையாகக் கழிக்கப்பட்டிருந்தது. நான் கவலையோடு வார்டுக்கு வந்தேன். சித்தப்பா இன்னும் கண்களை மூடிக்கிடந்தார். சித்தியிடம் சீட்டைக் காட்டிப் பணம் போதவில்லையென்று சொன்னேன். அவள் ஒரு கணம் யோசித்துவிட்டுச் சுவர் பக்கமாகச் சிறிது திரும்பிச் சேலைத் தலைப்பை தழைத்து கழுத்தில் தொங்கிய

பழைய தங்கச் சங்கிலியைக் கழற்றினாள். இன்னும் கட்டுக் குலையாதிருந்த அவளுடைய மார்பு பக்கவாட்டில் தெரிந்தது. வீட்டில் சிலமுறை எதேச்சையாகக் கண்ணில் பட்டிருந்தாலும் இப்போதும் என்னையறியாமல் பார்வை அந்தக் காட்சியை நாடிச் சென்றது. அவளுக்கும் சித்தப்பாவுக்கும் நிறைய வயது வித்தியாசமென்று அவளே பல முறை சொல்லியிருக்கிறாள். என்னுடைய கையில் சங்கிலியை அழுத்தி வைத்துவிட்டுச் "சீக்கிரமா அடகு வச்சிட்டுப் பணம் வாங்கி வா" என்றாள். "எங்க?" என்று அபத்தமாகக் கேட்டேன். அவள் "வெளியில நெறைய அடகுக் கடைங்க இருக்குது, போய்ப் பாரு" என்றாள். சாலையிலிருந்து மருத்துவமனைக்கு வரும் வழியில் சில வட்டிக் கடைகள் இருந்தது எனக்கு ஞாபகம் வந்தது. நீண்ட காலமாகக் கழுத்தில் கிடந்து அழுக்குப் படிந்திருந்த அந்தத் தங்கச் சங்கிலி பனிக்கட்டியைப் போல் குளிர்ந்திருந்தது. அதைக் கால் சட்டைப் பைக்குள் நுழைத்து விரல்களால் வருடியபடி நடந்தேன்.

அடகுக் கடையில் "இத வச்சிகிட்டுப் பணம் கொடுங்க, அப்புறமா வந்து மூட்டுக்கறோம்" என்று தங்கச் சங்கிலியைக் கொடுத்தேன். அதை இரண்டு முறை உரசி எடை போட்டுப் பார்த்துவிட்டு "எவ்வளவு பணம் வேணும்?" என்று கடைக் காரர் கேட்டார். என் கையிலிருந்த பணத்தைக் கட்ட வேண்டிய தொகையில் கழித்து மீதியை மட்டும் சொன்னேன். அடகுக் கடைக்காரர் பணத்தையும் ரசீதையும் கொடுத்தார். அதை வாங்கிக்கொண்டு வேகமாக மருத்துவமனைக்குத் திரும்பிப் பணத்தைக் கட்டினேன். பல வண்ண மருந்து அட்டைகளைத் தனித்தனியாகக் காகித உறைகளில் போட்டு மேலும் நீண்ட நாட்களுக்கு அவற்றைச் சாப்பிடும் வேளைகளையும் மருந்துப் பிரிவில் எழுதித் தந்தார்கள். எல்லாப் பொருட்களையும் பைகளில் எடுத்து வைத்துவிட்டுச் சித்தி முகம் கழுவித் தயாராக நின்றிருந்தாள். சித்தப்பாவினுடைய கையில் மருந்து செலுத்த ஊசி குத்தியிருந்த இடத்தில் அந்த ஊசி எடுக்கப்பட்டு பிளாஸ்திரி ஒட்டப்பட்டிருந்தது. மேலே சுருட்டி வைக்கப் பட்டிருந்த மருந்து பாட்டிலில் தண்ணீரைப் போன்ற திரவம் இன்னும் கொஞ்சம் மிச்சமிருந்தது. சலவை வேட்டி சட்டையணிந்து படுக்கையில் சாய்ந்து உட்கார்ந்தபடி சித்தப்பா தன்னுடைய உயிலை வெறுமனே பார்த்துக்கொண்டிருந்தார். அது அவருக்கு நீண்ட நாட்களாக இருந்துவரும் பழக்கம். அந்த உயிலை வக்கீல் மூலமாக எழுதிப் பெரும்பாலும் கூடவே வைத்திருந்தார். அவருக்குத் தோன்றும்போதும் பொழுது போகவில்லை என்றாலும் எடுத்துப் படித்துத் திருத்திக்கொண் டிருப்பார். பிறகு வக்கீலிடம் சென்று வேறு ஒரு திருத்தப்பட்ட

உயிலை அச்சு செய்துகொள்வார். சித்தப்பாவை நெருங்கிப் "போகலாமா?" என்றேன். உயிலினுடைய தலைப்பு பெரிய எழுத்துகளில் 'மதிப்பு காணா உயில் சாசனம்' என்றிருந்தது இப்போதும் தெரிந்தது. அவர் உயிலை மடித்து உறையிலிட்டுப் பையில் பத்திரமாக வைத்துவிட்டு எழுந்தார். அவரைத் தாங்கியபடி வெளியில் அழைத்து வந்தேன். அவர் அசாதாரண மாகக் கனத்ததால் மிகவும் திணறினேன். பைகளைத் தூக்கியபடி சித்தி பின்னால் வந்தாள். வெளியே நின்றிருந்த ஆட்டோவில் ஏறிச் சாலையை அடைந்தோம். அங்கு நிற்க முடியாமல் சித்தப்பா கண்களை மூடி ஓரமாக மண்ணில் உட்கார்ந்து கொண்டார். சிறிது நேரம் காத்திருந்தும் பேருந்து ஏதும் வரவில்லை. "ஒரு காரைப் பிடிச்சுட்டு வா" என்று அவர் முனகினார். ஒரு வாடகைக் காரைப் பேரம் பேசி அழைத்து வந்தேன். அதன் கறுப்பும் மஞ்சளும் கலந்த நிறம் எனக்குச் சவ ஊர்தியை நினைவூட்டியது. இருந்தாலும் அதற்கு தான் வாடகை குறைவாயிருக்கும். அதைச் சித்தப்பா பெரிதும் விரும்புவார். காரில் சித்தியினுடைய மடியில் அவர் தலை வைத்துப் படுத்துக்கொண்டார். நான் முன்னால் உட்கார்ந்து கொண்டதும் கார் புறப்பட்டது.

o

நீண்ட காலமாகச் சித்தப்பா தனக்கு வயிற்றுவலி இருப்ப தாக எல்லோரிடமும் சொல்லிக்கொண்டிருந்தார். அதைச் சில சமயம் நெஞ்சுவலி என்றுகூட அழைத்தார். கடைசி இரண்டு மூன்று நாட்களாக வலி அதிகமாகி அவர் வெளியில் எங்கும் செல்ல முடியாமல் வீட்டில் படுத்துக்கொண்டார். அவருக்குச் சில கை வைத்தியங்களைச் சித்தி செய்து பார்த்தாள். எங்களுடைய சொந்தக்காரர்கள் பலர் தங்கிச் சிகிச்சை செய்து கொள்ள இந்த மருத்துவமனைக்குதான் வழக்கமாக வருவார்கள். அவர்களில் சில பேரை நலம் விசாரிக்க நாங்கள் சிலமுறை இங்கு வந்திருக்கிறோம். இது ரொம்பப் பெரிய மருத்துவமனை என்றும் தீராத வியாதிகளையும் குணப்படுத்துகிறார்கள் என்றும் சித்தப்பா சொன்னார். அவர் நல்லநாள் பார்த்து இந்த மருத்துவமனையில் சேர முடிவெடுத்தார். 'கௌரவத்துக் காக வீட்டிலிருந்து கார் வச்சுகிட்டுப் போகணும்' என்று சித்தி பிடிவாதம் பிடித்தாள். ஊரில் பலர் இது போன்ற நிலையில் மருத்துவமனைக்குக் காரில்தான் செல்வார்கள். சித்தி சொன்னதைச் சித்தப்பா காதில் போட்டுக்கொள்ள வில்லை. நாங்கள் பேருந்து நிலையம் சென்று காலியாயிருந்த பேருந்தாகப் பார்த்து ஏறி மருத்துவ மனைக்குப் புறப்பட்டோம். சித்தப்பா கண்களை மூடியபடி பேசாமல் உட்கார்ந்து வந்தார்.

நானும் சித்தியும் பைகளை வைத்துக்கொண்டு பக்கத்தில் அமர்ந்திருந்தோம். சித்திக்குப் பிள்ளை வரம் வேண்டி வழக்கம் போல் நாங்கள் ஏதோவொரு கோயிலுக்குப் போய்க்கொண் டிருப்பது போல் எனக்குத் தோன்றியது. நீண்ட நேரத்துக்குப் பின்னால் மருத்துவமனைப் பேருந்து நிறுத்தத்தில் இறங்கினோம். எங்களுக்கு முன்னால் வேட்டியை மடித்துக் கட்டிக்கொண்டு சித்தப்பா நடக்கத்தொடங்கினார். "உங்களால அவ்வளவு தூரம் நடக்க முடியாது. ஆட்டோவுல போகலாம்" என்று சொன்னேன். அவர் கேட்காததால் நானும் சித்தியும் பைகளை எடுத்துக்கொண்டு முன்னால் நின்றிருந்த ஓர் ஆட்டோவில் ஏறினோம். சித்தப்பா திரும்பி வந்து முணுமுணுத்தபடி பக்கத்தில் உட்கார்ந்தார். நெரிசலான பாதையில் ஆட்டோ மெதுவாகப் புகுந்து ஓடத் தொடங்கியது. அருகாமையிலிருந்த வேறு ஒரு சிறிய மருத்துவமனையும் தெரிந்தது. அதற்கெதிரில் தெருவில் நோயாளிகள் பொறுமையாகக் காத்துக்கொண்டிருந்தார்கள். நிறையப் பெட்டிக் கடைகளும் மருந்துக் கடைகளும் அடகுக் கடைகளும் வழியை அடைத்திருந்தன. அங்கங்கே பெயர்ப் பலகைகளுடனிருந்த சில நாட்டு மருத்துவ நிலையங்களும் காணப்பட்டன. அவற்றுக்கு முன்னால் வைக்கப்பட்டிருந்த விளம்பரத் தட்டிகளில் சகல விதமான நோய்களையும் குணப்படுத்துவதாகப் பட்டியலிடப் பட்டிருந்தன. பக்கத்தில் காவியுடை அணிந்த சடைமுடி முனிவர்களின் உருவங்கள் வரையப்பட்டிருந்தன. அந்த மருத்துவமனைகளின் எதிரில் சில நோயாளிகள் நின்றுகொண்டிருந்தார்கள்.

சித்தப்பா சேர வேண்டிய மருத்துவமனையை அடைந்தோம். அகலமாகத் திறந்து வைக்கப்பட்டிருந்த இரும்புக் கதவுகளுக்கு அருகில் வயதான இரு காவலாளிகள் உட்கார்ந்திருந்தார்கள். உள்ளே உயர்ந்த மரங்கள் பச்சை நிழலுடன் கவிந்திருந்தன. சிறியதும் பெரியதுமான கட்டடங்கள் பரபரப்பாக இயங்கிக் கொண்டிருந்தன. முன்னாலிருந்த சிறிய ஓட்டலில் சிலர் சாப்பிட்டும் பேசியும் கொண்டிருந்தார்கள். மருத்துவமனைகளில் எப்போதும் உணவுண்ணும் காலம் நிலையாயிருப்பதில்லை என்று நினைத்துக்கொண்டேன். ஆட்டோவிலிருந்து இறங்கிய தும் வாடகையைக் குறைக்கச் சித்தப்பா முயற்சி செய்து பார்த்தார். பதிலுக்கு ஓட்டுநர் கோபப்பட்டு அவரைக் கெட்ட வார்த்தைகளால் திட்டினார். நான் பேசாமல் வாடகையைக் கொடுத்து ஆட்டோவை அனுப்பி வைத்தேன். எதிரிலிருந்த வரவேற்புப் பகுதிக்குள் நுழைந்தோம். அதன் பின்புறச் சுவரில் எல்லாவற்றையும் கண்காணிப்பதைப் போல் பெரிய அளவில் மரத்தாலான ஒரு மதச்சின்னம் பொருத்தப்பட்டிருந்தது.

நான் வரிசையில் நின்று படிவத்தை நிரப்பி நுழைவுக் கட்டணத்தைக் கட்டினேன். பிறகு நீண்ட வராந்தாவில் காத்துக்கொண்டிருந்த நிறையப் பேர்களோடு நாங்களும் உட்கார்ந்தோம். ஓரிருவர் மட்டும்தான் நோயாளிகளுக்குரிய அறிகுறிகளுடனிருந்தார்கள். மற்றவர்களெல்லாம் இரயில் பயணிகளைப் போலவும் அல்லது ஏதோ விற்பனைக் கூடத்தில் பொருட்களை வாங்க வந்திருந்தவர்களைப் போலவும் காணப்பட்டார்கள். பக்கத்திலிருந்தவரோடு சித்தப்பா உற்சாகமாக அரசியல் பேசிக்கொண்டிருந்தார். பிறருடைய நோய்களையும் தகுதிகளையும் சித்தி பார்வையால் அளவிட்டுக் கொண்டிருந்தாள். நீண்ட நேரத்துக்குப் பிறகு இரண்டாவதாயிருந்த அறையிலிருந்து சித்தப்பாவின் பெயர் அழைக்கப்பட்டது. பளபளக்கும் மூக்குக் கண்ணாடியணிந்திருந்த டாக்டர் உள்ளே உட்கார்ந்திருந்தார். அருகில் அப்பழுக்கற்ற வெண்ணிற ஆடையுடன் நர்ஸ் நின்றிருந்தார். "என்ன நோய்?" என்று டாக்டர் கோப்பை எடுத்துப் படித்தபடி கேட்டார். பலரிடம் சொல்லி மிகவும் பழக்கப்பட்டிருந்த தன்னுடைய நோயைப் பற்றிய விவரங்களைச் சித்தப்பா தங்கு தடையில்லாமல் சொன்னார். அவருடைய வயிற்றை டாக்டர் கையால் சில முறை அழுத்திப் பார்த்தார். அதற்கேற்பச் சித்தப்பா 'ஆ, ஆ' வென்று குரலெழுப்பினார். டாக்டர் "எல்லாச் சோதனையும் செய்து பார்த்திடலாம்" என்று கோப்பில் மடமடவென்று எழுதிவிட்டு "இன்னைக்கு அட்மிட் ஆயிடறிங்களா?" என்று சற்றுச் சந்தேகமாகக் கேட்டார். "அதுக்கு நாங்க தயாரா வந்திருக்கோம் சார்" என்று சித்தப்பா திருப்தியோடு சொன்னார். "சரி" என்று கோப்பில் மேலும் எழுதி மூடிவிட்டு டாக்டர் அடுத்த நோயாளியைப் பார்க்க ஆயத்தமானார். அந்தக் கோப்பை எடுத்துக்கொண்டு வெளியிலிருந்த ஆண் நர்ஸ் ஒருவர் எங்களை வார்டுக்கு அழைத்து சென்றார்.

மிகப் பெரிதாகவும் பழையதாகவுமிருந்த ஆண்களின் பொது வார்டுக்கு வந்தோம். வரிசையாகக் கட்டில்களின் மேலிருந்த நோயாளிகளும் துணையாயிருந்த மற்றவர்களும் எங்களை ஆர்வமுடன் பார்த்தார்கள். வார்டில் மேசையெதிரில் உட்கார்ந்திருந்த நர்ஸ் வெளுத்த போர்வை விரிக்கப்பட்ட காலியாயிருந்த கட்டிலொன்றைக் காண்பித்தார். அதில் சித்தப்பா உடனே ஏறிப் படுத்துக்கொண்டார். கைகளில் கனத்துக்கொண்டிருந்த பைகளைக் கட்டிலுக்குக் கீழே தள்ளி வைத்தேன். "முன்பணம் கட்டிட்டு வாங்க" என்று நர்ஸ் கூறினார். சித்தப்பா திகைப்புடன் "இப்பவே கட்டணுமா?" என்றார். "ஆமா, கட்டியாகணும்" என்று நர்ஸ் அழுத்தமாகச்

சொன்னார். "போய்க் கட்டிட்டு வாடா" என்றார் சித்தப்பா சலிப்புடன். அலுவலகத்திற்குச் சென்று பணத்தைக் கட்டி விட்டு ரசீதுடன் திரும்பினேன். நர்ஸ் எழுந்து வந்து சித்தப்பா வினுடைய கை நரம்பிலிருந்து சிறிதளவு ரத்தத்தை உறிஞ்சி எடுத்தார். அதைச் சிறு கண்ணாடிக் குழாயில் பாதி வரை நிரப்பினார். சித்தப்பா தன்னுடைய சிவந்த ரத்தத்தைப் பாசத்தோடு பார்த்தார். நர்ஸ் "ஒண்ணுக்குப் பிடிச்சிக் கொடுங்க" என்று பாட்டிலொன்றைத் தந்துவிட்டுச் செ றார். சித்தப்பா தயக்கமில்லாமல் படுக்கையில் சற்றுப் புரண்டு அந்தப் பாட்டிலை வேட்டிக்குள் நுழைத்தார். சர்ரென்று எழுந்த பீய்ச்சும் ஒலி என்னைக் கூச வைத்தது. சிறுநீர் நிறைந்த பாட்டிலைச் சித்தி அருவருப்பில்லாமல் வாங்கி அழுத்தி மூடி என்னிடம் தந்தாள். அதை இரண்டு விரல்களால் தூக்கிக் கொண்டுபோய் நர்ஸ் காட்டிய மேசை மூலையில் வைத்து விட்டுக் கையைக் கழுவிக்கொண்டு வந்தேன்.

சித்தப்பா "ஏன்டா, ரொம்பச் செலவு வைக்கும் போலிருக்குதே?" என்றார். ஆனால் அவர் முகத்தில் நிம்மதி நிறைந்திருந்தது. அவர் இப்போதே ஓரளவு குணமடைந்தவர் போல் தெரிந்தார். சித்தி "பணம் போனாப் போவுது, உடம்பு நல்லானாப் போதுங்க" என்றாள். "நீங்கதானே இதே ஆஸ்பத்திரியில சேரணும்னு சொன்னீங்க?" என்றேன் நான். சித்தப்பா பதிலளிக்காமல் சக நோயாளிகளின் மேல் பார்வையை ஓடவிட்டார். அக்கம்பக்கத்துப் படுக்கைகளிலிருந்த நோயாளி களிடமும் அவர்களுக்குத் துணையிருப்பவர்களிடமும் சித்தி மெல்ல வம்பளக்கத் தொடங்கினாள். வார்டிலிருந்த கட்டில்கள் எல்லாவற்றிலும் நோயாளிகள் காணப்பட்டார்கள். அவர் களுக்கு அருகாமையிலிருந்த சிறிய அலமாரிகளில் நிவ மருந்து பாட்டில்களும் மாத்திரைகளும் அடுக்கப்பட்டிருந்தன. சிலவற்றில் பழங்களும் வைக்கப்பட்டிருந்தன. கொஞ்சம் தேறியிருந்த சில நோயாளிகள் கட்டில்களில் கால்களைத் தொங்கவிட்டவாறு சலிப்புடன் உட்கார்ந்திருந்தார்கள். சிலர் மெத்தைகளில் நினைவில்லாமல் மயங்கிப் புதைந்து கிடந்தார் கள். மேலே தொங்கிய பாட்டில்களிருந்து சொட்டுகளாகச் சிலருக்கு மருந்து இறங்கிக்கொண்டிருந்தது. மூலையிலிருந்த ஒரு படுக்கையைச் சுற்றிப் பச்சைத் திரைகள் இழுத்து விடப்பட்டிருந்தன. அவற்றின் இடைவெளிகளினூடாக அந்த நோயாளிக்குப் பிராண வாயு செலுத்தப்பட்டுக்கொண் டிருந்தது தெரிந்தது. அதேபோன்ற பல திரைகள் மறைக்கத் தயாராக அங்கங்கே சுவரோரமாகச் சுருண்டு தொங்கிக் கொண்டிருந்தன. எல்லா நோயாளிகளுடனும் தாயையும் மனைவியையும் போல் தோன்றிய தான் பெண்கள் துணைக்கு

இருந்தார்கள். அவர்களில் சிலர் போர்வையைக் கீழே விரித்துப் படுத்துக்கொண்டுமிருந்தார்கள். வார்டின் சுவர் நடுவில் தொங்கிய ஓவியத்திலிருந்த தாடி மீசைக்காரரின் இதயத்தில் இரத்தம் பெருகி வழிந்துகொண்டிருந்தது.

நான் அலுப்போடு வெளியே வந்தபோது இருள் சூழத் தொடங்கியிருந்தது. பக்கத்திலிருந்த மற்றொரு நீள வார்டு நோயாளிகளால் நிரம்பியிருந்தது. அருகிலிருந்த பெரிய வகுப்பறை போன்றிருந்த பிரார்த்தனைக் கூடத்தில் மெழுகு வர்த்திகளின் சுடர்கள் ஒளிர்ந்தன. தொலைவிலிருந்த சிறு சிற்றுண்டிச் சாலையின் உட்புறம் மறைவாகச் சிலர் புகை பிடித்துக்கொண்டிருந்தார்கள். அங்கு சென்று நானும் டீயைக் குடித்துவிட்டுச் சிகரெட்டைக் கொளுத்தி ஆசையுடன் உறிஞ்சினேன். சித்திக்கு வாசனை தெரியாமலிருக்க சூயிங்கத்தை வாங்கி மென்றபடி மீண்டும் வார்டுக்குத் திரும்பினேன். சிறிது நேரத்தில் சித்தப்பாவின் படுக்கையிடம் சிலர் தள்ளுவண்டி யுடன் வந்தார்கள். நர்ஸ் “கடிகாரம், மோதிரத்த எல்லாம் கழட்டிடுங்க” என்றார். சித்தப்பாவின் இடுப்பிலிருந்த சில தாயத்துகள் தொங்கிய அழுக்கேறிய வெள்ளி அரைஞாணைச் சித்தி கழற்றுகையில் அவர் “அப்படியே இருக்கட்டும்” என்று ஆட்சேபித்துப் பார்த்தார். அதை ஆண்மையின் அடையாளமாக அவர் கருதினார் என்று நினைத்தேன். பிறகு சித்தப்பாவைச் சக்கர நாற்காலியில் உட்கார வைத்துப் பரிசோதனை அறைக்குத் தள்ளிச் சென்றார்கள். அவர்களை நானும் சித்தியும் பின் தொடர்ந்தோம். பல நீள வராந்தாக்களின் வழியாகச் சென்று குகைபோல் இருட்டியிருந்த ஓர் அறைக்குள் மறைந்தார்கள். நாங்கள் வெளியே மூடிய கதவைப் பார்த்தவாறு காத்திருந்தோம்.

கடைசியில் தலை கலைந்து சட்டை அவிழ்ந்து சித்தப்பா துவண்டு வெளியில் வந்தார். அங்கிருந்து புறப்பட்டு மறுபடி யும் ஊர்வலமாக வார்டுக்குத் திரும்பினோம். இரவு நேரப் பரிசோதனைக்காகக் கண்ணாடியணிந்த டாக்டர் வார்டுக்குள் நுழைந்தார். சித்தப்பாவின் உடலைச் சோதித்துவிட்டு மருந்து களை எழுதித் தந்தார். மருந்துக் கூடத்தில் அந்த நேரத்திலும் நீண்டிருந்த வரிசையில் நின்று அவற்றைப் பணம் செலுத்தி வாங்கி வந்தேன். நர்ஸ் எடுத்துக் கொடுத்த ஐந்தாறு வண்ண மாத்திரைகளை எதுவும் பேசாமல் சித்தப்பா விழுங்கினார். அவருடைய கையில் நரம்பை அழுத்தித் தேடி ஊசியை நர்ஸ் நுழைக்கும்போது மெதுவாக முனகினார். மருந்து பாட்டிலைத் தாங்கியில் மாட்டிவிட்டுக் குழாயைத் திறந்தார் நர்ஸ். வெள்ளை மருந்துத் திரவம் துளிகளாக இறங்கத் தொடங்கியது. நர்ஸ் நகர்ந்ததும் பக்கத்தில் ஸ்டூலை இழுத்துப்

போட்டுக்கொண்டு உட்கார்ந்து சித்தப்பாவின் கையைச் சித்தி பிடித்துக்கொண்டாள். சிறிது நேரம் கழித்துச் சித்தப்பாவின் கண்கள் கிறங்கி மூடின. சித்தி எழுந்து வீட்டில் சமைத்துக் கட்டிக்கொண்டு வந்திருந்த உணவுப் பொட்டலங்களைப் பையிலிருந்து எடுத்தாள். என்னைச் சாப்பிட வற்புறுத்தினாள். அங்கு சாப்பிடப் பிடிக்காததால் அப்புறமாகச் சாப்பிடுவ தாகச் சொல்லிவிட்டுச் சித்தப்பாவின் அருகில் அமர்ந்து கொண்டிருந்தேன். அவள் தனியாகச் சாப்பிட்டுவிட்டுக் கீழே கட்டிலருகில் படுத்தாள். என்னுடைய உணவையும் பையி லிருந்து போர்வையையும் எடுத்துக்கொண்டு வெளியில் வந்தேன். எதிரிலிருந்த தோட்டத்தில் பலர் சாப்பிட்டுக்கொண் டிருந்தார்கள். நானும் பசியால் வேகமாக உண்டு முடித்தேன். பூச்சிகளைப் போல் பெரிதாக இருந்த கொசுக்கள் கடித்து எரிச்சலூட்டிக்கொண்டிருந்தன. கால்களை முழுதாகப் போர்த்திக் கொண்டு இருக்கையில் சாய்ந்தேன். நீண்ட நேரம் கழித்து அப்படியே தூங்கிவிட்டேன்.

எங்கோ தொலைவில் எழுந்த சப்தம் கேட்டுக் கண் விழித்துப் பார்த்தேன். விளக்குகளின் வெளிச்சத்தையும் மீறிச் சுற்றிலும் மிகவும் இருட்டாயிருந்தது. மருத்துவமனையின் அனைத்துப் பகல் சந்தடிகளும் மறைந்து அமைதி நிலவியது. சில குரல்கள் மட்டும் இருளின் அடியாழத்தில் தோன்றியவை போல் காற்றில் மிதந்து வந்துகொண்டிருந்தன. “அய்யோ, அம்மா . . .” என்று நோயைப் பொறுக்க முடியாத தீனமான அலறல்கள் தெளிவாகக் காதில் விழுந்தன. சற்று நேரம் எவ்வித சத்தங்களுமில்லை. அவை என்னுடைய தூக்கக் கலக்கத்தில் தோன்றிய கற்பனையாக இருக்கலாம் என்று சந்தேகமேற்பட்டது. மீண்டும் அரற்றல்கள் மெதுவாக ஒலித்தன. நான் கண்களை இறுக மூடிக்கொண்டேன். என்னையறியாமல் விடியற்காலை யில் தூங்கி விட்டிருந்தேன். காக்கைகளின் கத்தல்களால் விழித்தபோது வெளிச்சம் கண்ணைக் கூசியது. நான் வேகமாகப் பொதுக் கழிவுக் குளியலறைக்குப் போய்விட்டு வார்டுக்குச் சென்றேன். மேலே மருந்து பாட்டிலிருந்த இடம் காலியாக இருந்தது. சித்தப்பா கொஞ்சம் தெம்புடன் தோன்றினார். சித்தி “நல்லதா காபி வாங்கியா” என்றாள். நான் போய் வாங்கி வந்ததும் சில ரொட்டித் துண்டுகளைத் தின்று சித்தப்பா காபியைப் பருகினார். பிறகு தலையணையில் சாய்ந்து உட்கார்ந்து பையிலிருந்த உயிலை எடுத்து வாய்விட்டுப் படிக்கத் தொடங்கினார். என் காதில் விழ வேண்டுமென்றுதான் அவர் சில சமயங்களில் சத்தமாகப் படிக்கிறார் என்று எனக்குத் தெரியும். வீட்டில் சித்திக்கு உல்லாசமாக ராகத்தோடு பாடியும்

காண்பிப்பார். அவர் இறந்துவிட்டால் சொத்துக்களைச் சித்தி அடைய வேண்டுமென்றும் அவளுடைய மரணத்துக்குப் பிறகு அவை எனக்கு உரிமையாகும் என்றும் அதில் எழுதப் பட்டிருந்தது. அவர் வாழ்ந்த வீட்டை எப்போதும் விற்கக் கூடாது என்பது போன்ற பல நுணுக்கமான நிபந்தனைகளும் உண்டு. அவை சட்டப்படி செல்லுபடியாவதைப் பற்றிச் சித்தப்பாவுக்கும் அவருடைய வக்கீலுக்கும் அக்கறையில்லை என்று பட்டது. ஸ்டூலில் உட்கார்ந்து ரசித்தவாறு சித்தி தலை வாரிக்கொண்டிருந்தாள். அவளுடைய நீண்ட கூந்தலில் ஓரிரு வெள்ளை ரோமங்கள் மின்னின. அவள் கரும் பச்சை நிறத்தில் புதிய புடவையை உடுத்தியிருந்தாள். உயிலைப் படித்தவாறு ஓரிரு முறை ஓரக்கண்ணால் சித்தப்பா என்னைப் பார்த்தார். கணவனும் மனைவியும் நல்ல மனநிலையில் இருக்கிறார்கள் என்று எண்ணிக்கொண்டேன். உயிலில் சில அம்சங்களைத் தளர்த்தச் சொல்ல நினைத்துப் பிறகு வேண்டா மென்று சுற்றிலும் பராக்குப் பார்த்துக்கொண்டிருந்தேன். அவர் தன்னுடைய திறமையென்று நம்புவதில் மாற்றம் செய்ய ஒப்புக்கொள்ள மாட்டார். சற்று நேரத்தில் ஊரிலிருந்து என் அம்மா அப்பாவும் மற்றும் சில உறவினர்களும் கும்பலாக வந்தார்கள். அம்மா அடுக்குப் பாத்திரத்தில் சாப்பாடு கொண்டு வந்திருந்தாள். எனக்கு மட்டும் தனியாக ஓர் உணவுப் பொட்டலத்தைத் தந்தாள். உறவுக்காரர்களைக் கண்ட மகிழ்ச்சி யுடன் சித்தப்பா பேசிக்கொண்டிருந்தார். அவர் இரண்டொரு நாட்களில் குணமாகிக் கண்டிப்பாக வீடு வந்து சேர்ந்துவிடுவ தாகச் சொன்னார். என்னைக் கவனமாக சித்தப்பாவைப் பார்த்துக்கொள்ளச் சொல்லிவிட்டு எல்லோரும் புறப்பட்டுப் போனார்கள்.

வார்டுக்குள் பரபரப்புத் தோன்றியது. நர்சுகள் புடை சூழ டாக்டர்கள் குழு உள்ளே நுழைந்தது. ஒவ்வொரு படுக்கையாக நோயாளிகளைப் பார்வையிட்டுக் கொண்டு வந்தார்கள். நர்சுகள் திட்டியதால் நோயாளிகளின் உறவுக் காரர்கள் ஓரமாக ஒதுங்கி நின்றார்கள். அங்கங்கே நின்று பெரிய டாக்டர் மற்ற டாக்டர்களுக்கு அறிவுரைகளை வழங்கிக் கொண்டிருந்தார். கண்ணாடியணிந்த டாக்டர் சித்தப்பாவின் பரிசோதனை முடிவுகளடங்கிய கோப்பைப் படித்துப் பார்த்தார். பிறகு சித்தப்பாவின் வயிற்றில் பல இடங்களில் அழுத்திய வாறு "இப்ப வலி எப்படி இருக்குது?" என்றார். "முதல்ல குறைஞ்சிருந்து இப்ப அதிகமாத் தெரியுதுங்க" என்றார் சித்தப்பா. "ஏம்மா, இவர் நிறையக் குடிப்பாரா?" என்று டாக்டர் கேட்டார். "அவருக்கு அந்தப் பழக்கமே கெடையாதுங்க" என்று அப்பாவித் தனமான குரலில் சொன்னாள் சித்தி. நான் "எப்போதாவது

குடிப்பாருங்க சார்” என்றேன். “இவருக்கு செக்சுவல் நோய்கூட இருக்குது” என்று டாக்டர் அனைவருக்கும் கேட்பது போல் முணுமுணுத்தார். அவர் மேலும் சில மருந்துகளை எழுதித் தந்தார். எதையும் கேட்காதவரைப் போல் சித்தப்பா படுத்துக் கொண்டிருந்தார். அவர் பல பெண்களுடன் கள்ள உறவு வைத்திருந்த நிறைய சாகசக் கதைகள் ஊரில் உலவிக்கொண் டிருந்தன. அவர் நகரத்து வேசைகளிடமும் பணம் கொடுத்துப் போகிறார் என்றும் சிலர் சொன்னார்கள். அவை சித்தியின் காதிலும் போடப்பட்டதால் அவருடன் அடிக்கடி அழுது சண்டை பிடித்தாள். சில சமயம் பக்கத்திலிருந்த எங்கள் வீட்டுக்குக் கோபித்துக்கொண்டு வந்து விடுவாள். ஓரிரு நாட்கள் கழித்து வழக்கம் போல் நான் சமாதானம் செய்து அழைத்துப் போவேன். அவர் அலைவதற்கும் வயிற்று வலிக்கும் குழந்தை பிறக்காததற்கும் காரணம் யாரோ சொத்துக்கு ஆசைப்பட்டு வைத்த செய்வினைதான் என்று அவள் நம்பினாள். அதனால் சில மந்திரவாதிகளைப் போய்ப் பார்த்து நிறையத் தகடுகளை யும் தாயத்துகளையும் வாங்கிக் கொண்டும் வந்தாள். சித்தப்பா மாற்றமில்லாமல் தொடர்ந்து ஊர் சுற்றிக்கொண்டிருந்தார்.

டாக்டர் சென்றதும் சித்தி அழுதபடி சுவரோரமாகச் சரிந்து உட்கார்ந்தாள். “எங்கிட்ட எல்லாத்தையும் மூடி மறைக்கிறானே பாவி மனுசன், இவன் நல்லாருப்பானா, இவனுக்குப் புழு வைக்காதா . . .” என்று அடிக்குரலில் பாடத் தொடங்கினாள். இவற்றுக்கு மிகவும் பழகியிருந்த சித்தப்பா அமைதியாகக் கண்களை மூடிக்கொண்டார். வார்டி லுள்ளவர்கள் எங்களை ஆவலுடன் கவனித்துக்கொண்டிருந் தார்கள். சித்தியின் கைகளைப் பிடித்து வலுக்கட்டாயமாக வெளியில் இழுத்து வந்தேன். தோட்டத்தில் அவளுடைய அழுகை இன்னும் கூடியது. “அவரு போயிட்டா எனக்கு யாரு இருக்காங்க?” என்று விசும்பினாள். எனக்கும் கண்ணீர் பெருகித் தொண்டையை அடைத்தது. அவளை அணைத்துப் பரந்த முதுகை ஆறுதலாகத் தடவிக் கொடுத்தேன். அவள் என்னிடம் தஞ்சமடைந்தவளைப் போல் மார்பில் சாய்ந்தாள். அவளுடைய மெத்தென்றுபட்ட உடல் அழுகையால் குலுங்கியது. அவளுடைய இதமான வெப்பமும் மணமும் எனக்குள் பாய்ந்துக்கொண்டிருந்தது. அவளுடைய விம்மல் மெல்லத் தேய்ந்து மறைந்தது. இருவரும் ஒருவரையொருவர் மௌனமாகக் கட்டிப் பிடித்துக்கொண்டிருந்தோம். அருகில் யாரோ வரவும் சித்தி தன்னை விடுவித்துக்கொண்டு மூக்கை உறிஞ்சியபடி விலகினாள். என்னைத் திரும்பிப் பார்க்காமல் கண்களைத் துடைத்தபடி வார்டை நோக்கி நடந்தாள். நான் கிளர்ச்சி யடங்காமல் அங்கேயே சிறிது நேரம் நின்றிருந்தேன்.

அன்றிரவு தூக்கம் வராமல் தவித்தேன். அவ்வப்போது சித்தியின் அணைப்பு நினைவுக்கு வந்துகொண்டிருந்தது. என்னுடைய உடலின் பல இடங்களில் கொசுக்கள் கடித்து எரிந்துகொண்டிருந்தன. நான் எதிர்பார்த்தது போல் சுற்றுப்புறம் அடங்கத் தொடங்கிய நள்ளிரவு நேரத்தில் அவலக் குரல்கள் கேட்கத்தொடங்கின. அவை பெருத்த சத்தங்களாக வளர்ந்து என் காதில் விழுந்தன. அவற்றைத் தொடர்ந்து கேட்டுக் கொண்டிருக்க முடியாமல் எழுந்து குரல்களின் திசையை நோக்கி நடந்தேன். அவை பிறந்த இடத்தை நேரில் காண வேண்டும் என்ற எண்ணம் ஏற்பட்டிருந்தது. முதலில் மிக அருகிலும் பிறகு வெகுதொலைவிலுமாக அவை மாறி ஒலித்தன. அங்கங்கே விளக்குகள் மங்கலாக ஒளி வீசிக்கொண்டிருந்தன. அந்த நேரத்திலும் வராந்தாக்களில் நடமாடிக்கொண்டிருந்த சில மனித உருவங்கள் பேய்களைப் போல் தோன்றின. நான் இலக்கின்றி ஓவ்வொரு வார்டுகளின் வழியாகவும் சென்று கொண்டிருந்தேன். கண்ணாடிகளுக்குப் பின்னால் அவசர வார்டு போர்க்களம் போல் காட்சியளித்தது. அதைக் கொஞ்ச நேரம் பார்த்துக்கொண்டிருந்துவிட்டு அங்கிருந்து நகர்ந்தேன். புதிதாகப் பிறந்த குழந்தைகளின் மெல்லிய அழுகைக் குரல்கள் ஒரு வார்டில் ஒலித்துக்கொண்டிருந்தன. மற்றொரு வார்டில் வெறும் முனகல் சத்தங்கள் மட்டும் கேட்டன. நான் திருப்தி யுறாமல் அதையும் தாண்டிச் சென்றேன்.

தொலைவில் தனித்த வார்டு ஒன்று தென்பட்டது. அதை நோக்கி நடக்கையில் மிகவும் பரிதாபக் குரல்கள் சப்தமாகக் கேட்கத் தொடங்கின. நான் நெருங்கி சன்னல்களின் வழியாகப் பார்த்தேன். உள்ளே மங்கிய வெளிச்சம் காணப்பட்டது. அந்த வார்டு அனைவராலும் கைவிடப் பட்டதைப் போல் தோன்றியது. புழுக்களைப் போல் நோயாளிகள் படுக்கை களில் புரண்டு கொண்டிருந்தார்கள். அவர்களைத் தீர்க்கவிய லாத கொடிய வியாதி பீடித்திருக்கலாம் என்று நினைத்தேன். அங்கிருந்து வலியைத் தாங்க முடியாத பிதற்றல்கள் வந்து கொண்டிருந்தன. அவற்றுடன் யாரையாவது தாக்க விரும்பு வதைப் போன்ற வன்மம் மிகுந்த வசவுகளும் கலந்து தெளிவாகக் கேட்டன. என்னுடைய கால்கள் பயத்தால் பின்னடைந்தன. அந்த நோயாளிகளின் மேல் அச்சமும் இரக்கமும் ஒரு சேர எழுந்தன. என் காதுகளில் விழுந்தவை பிரமையல்லாமல் உண்மை என்பதையறிந்தேன். அப்போது ஒரு காவலாளி வந்து “இங்க என்ன பண்றீங்க, போங்க” என்றார். அங்கிருந்து தூக்கத்தில் நடப்பது போல் திரும்பத் தொடங்கினேன். காற்று வீசும் திசைக்கு ஏற்ப அடிவயிற்றிலிருந்து கிளம்பிய அந்தக்

குரலொலிகள் கூடியும் குறைந்தும் எனக்குப் பின்னால் கேட்டுக் கொண்டிருந்தன. அப்போது அருகிலிருந்த கதவுகள் மூடுண்ட பழைய சிறு கட்டடம் கண்ணில்பட்டது. அதன் சன்னல்களும் காற்றுப் போக்கிகளும்கூட இறுக மூடியிருந்தன. அங்கு ஒரு வித உயிரற்றத் தன்மை நிலவியது. வெளியில் சில தள்ளு வண்டிகள் தாறுமாறாக நின்றிருந்தன. அழுக்கடைந்த பழைய படுக்கைகளும் தலையணைகளும் பிணங்களைப் போல் கீழே இறைந்து கிடந்தன. மேலும் அங்கு நிற்க முடியாமல் பயமுண் டானது. நானிருந்த இடத்தை வேகமாக அடைந்து பெஞ்சில் விழுந்தேன். இரவெல்லாம் தொடர்ந்து என்னுடைய காது களில் அவலக்குரல்கள் மோதி எதிரொலித்துக்கொண்டிருந்தன. எந்த நேரத்திலும் யாரை வேண்டுமானாலும் தாக்க மரணம் வெகுஅருகில் காத்திருப்பது போல் பட்டது.

மறுநாள் காலை வருகையின்போது டாக்டர் மேலும் பல மருந்துகளை எழுதிக் கொடுத்தார். நான் போய் மிகவும் விலையாயிருந்த மருந்துகளை பிளாஸ்டிக் கைப்பை நிறைய வாங்கி வந்தேன். மீண்டும் மருந்து பாட்டில் மாட்டப்பட்டதும் குழாயில் மருந்தின் பயணம் ஆரம்பமானது. அதைத் தொடர்ந்து பார்த்துக்கொண்டிருந்தால் கண்ணெதிரில் காலம் மெதுவாகக் கரைவது போலிருக்கும். திடீரென்று திரையிடப்பட்ட மூலைப் படுக்கையருகில் நின்றிருந்த பெண் சத்தமாக விசும்புவது கேட்டது. வார்டிலிருந்த நர்ஸ் கவனித்துவிட்டுத் தொலைபேசி யில் டாக்டர்களை அழைத்தார். உடனே வந்த டாக்டர்கள் நடத்திய உயிரைக் காப்பாற்றும் போராட்டம் திரைகளின் வழியாக அரைகுறையாகத் தெரிந்தது. அந்த நோயாளியின் மனைவி தன் வாயை முந்தானையால் பொத்தியபடி பார்த்துக் கொண்டிருந்தாள். சிறிது நேரத்தில் டாக்டர்கள் தோல்வி யடைந்த முகங்களுடன் வெளியேறினார்கள். அவளிடமிருந்து அழுகையொலி பீறிட்டுக் கிளம்பியது. வெளியிலிருந்த அந்த நோயாளியின் உறவினர்கள் உள்ளே வந்து அமைதியாகப் பார்த்துவிட்டுச் சென்றார்கள். பிறகு தோட்டத்தில் வட்ட வடிவில் குத்துக் காலிட்டு அமர்ந்து கீழ்க்குரலில் கூட்டாகப் பாடி அழத் தொடங் கினார்கள். சிறுமிகளைப் போன்றிருந்த சில பயிற்சி நர்சுகள் தண்ணீர் வாளியும் துணிகளுடனும் மூலைப் படுக்கையினருகில் வந்து திரைகளுக்குப் பின்னால் மறைந்தார்கள். அந்த நோயாளியின் மனைவியிடம் முன்பு வந்த உறவினர் ஒருவர் கொஞ்சம் பணத்தை வாங்கிகொண்டு சென்றார். சிறிது நேரம் கழித்து அங்கிருந்து வெண்மையான துணியைப் போர்த்திய உடல் நீளத் தள்ளு வண்டியில் வைத்துத் தள்ளிச் செல்லப்பட்டது. அப்போது வார்டுக்குள் கனமான

தூய மௌனம் கவிந்தது. திடீரென்று நினைவு வந்து சித்தப்பாவைக் கவலையுடன் கவனித்தேன். அந்தச் சவ ஊர்வலத்திலிருந்து அவர் அவசரமாகப் பார்வையைத் திருப்பினார்.

சித்தப்பாவுக்குக் குழாயின் வழியாகத் தொடர்ந்து மருந்து ஏறிக்கொண்டிருந்தது. அவர் பால் பழங்களைச் சாப்பிட மறுத்துக் கையால் தள்ளினார். நர்ஸ் கொடுத்த மாத்திரை களை விழுங்குகையில் அவர் வாய் கசப்புடன் கோணியது. அவற்றை மனதின் அடியாழத்திலிருந்து அவர் வெறுப்பதாகத் தோன்றியது. ஒரு வார்த்தையும் பேசாமல் படுக்கையில் தொடர்ந்து கண்களை மூடிக்கிடந்தார். சித்தி அவ்வப்போது பேச்சுக் கொடுத்தபோது மட்டும் அவர் சிரமத்துடன் இமை களைத் திறந்து பார்த்துவிட்டு மூடிக்கொண்டார். மாலையில் அவருக்குத் திடீரென்று மூச்சிரைக்க ஆரம்பித்தது. ஒவ்வொரு மூச்சையும் அவர் மிகுந்த தாபத்துடன் காற்றிலிருந்து விழுங்குவது போலிருந்தது. கண்ணாடியணிந்த டாக்டர் வந்து அவருக்குச் செயற்கை சுவாசம் தர ஏற்பாடு செய்தார். சித்தப்பாவின் வாயையும் மூக்கையும் சேர்த்து மூடி மாட்டப்பட்டது. பழைய சோடாக் கடைகளில் இருந்ததைப் போன்ற சிலிண்டர் ஒன்று பக்கத்தில் வைக்கப்பட்டது. அதிலிருந்து குழாய்மூலம் அவருக்குப் பிராண வாயு சென்றது. முகமூடிக்குள் சித்தப்பா ஆழமாக சுவாசிக்கத் தொடங்கினார். அவருடனான தொடர்புகளற்றுப் போய் சித்தி கவலையுடன் பக்கத்தில் உட்கார்ந்து பார்த்துக் கொண்டிருந்தாள். நான் வெளியில் வந்து தோட்டத்து சிமெண்ட் பெஞ்சில் சாய்ந்தேன். இரவெல்லாம் தூங்காமல் வெறுமனே வார்டைத் திரும்பிப் பார்த்துக்கொண்டிருந்தேன். வெள்ளைத் துணியால் மூடி எடுத்துச் செல்லப்பட்ட பிணம் அவ்வப்போது நினைவில் தோன்றி மறைந்துகொண்டிருந்தது. சித்தப்பாவின் மேல் அதே போல் வெள்ளைத் துணி போர்த்தப்படுவதைப் போல் விழித்தவாறு கனவு கண்டேன். அதற்கேற்றாற்போல் பின்னணியில் அவ்வப்போது அவலக்குரல்கள் ஒலித்து ஓய்ந்தன. ஓரிருமுறை எழுந்து சென்று வார்டுக்குள் பார்த்துவிட்டு வந்தேன். சித்தப்பா படுக்கையில் எவ்வித மாற்றமுமில்லாமல் நீட்டிப்படுத்திருந்தார். அருகில் சித்தி உட்கார்ந்தவாறு உறங்கிக் கொண்டிருந்தாள். நடுவில் விழித்து என்னைப் பார்த்துவிட்டு அவசரமாகச் சித்தப்பாவைக் கவனித்தாள். அவர் நெஞ்சு மூச்சுவிடுவதற்கேற்ப உயர்ந்து தாழ்ந்து கொண்டிருந்தது. காலையில் காக்கைகளின் கத்தலில் விழித்தபோது நான் தூங்கிப் போய்விட்டிருந்ததை உணர்ந்தேன்.

○

பல தலைமுறைகளாக வீட்டிலிருந்த பெரிய மரக்கட்டிலின் மேல் சித்தப்பா படுத்துக்கொண்டிருந்தார். அவருடைய கண்கள் அரைகுறையாக மூடியிருந்தன. வாயால் இரைந்து மூச்சு விட்டுக் கொண்டிருந்தார். சித்தி சொன்னது போல் அவருக்குப் பக்கத்தில் உட்கார்ந்திருந்தேன். மருத்துவமனையிலிருந்து திரும்பியதும் என் அப்பா வந்து விசாரித்துவிட்டு அவசர வேலையாகக் கொல்லைக்குப் போய்விட்டிருந்தார். உறவினர்கள் பலர் அறை வாசலிலிருந்து எட்டிப் பார்த்துவிட்டுப் போனார்கள். என்னுடைய அம்மாவிடம் மருத்துவமனையில் நடந்தவைகளை யெல்லாம் சித்தி கூறிக்கொண்டிருந்தாள். மருத்துவமனையில் தூக்கமில்லாததால் என்னையறியாமல் தூங்கி விழுந்தேன். சித்தி பாலும் மாத்திரைகளும் எடுத்துக்கொண்டு வந்து சித்தப்பாவை அழைக்கையில் நானும் விழித்தேன். அவள் பலமுறை அவரைத் தொட்டு எழுப்பினாள். கடைசியாகச் சித்தப்பா எழுந்து படுக்கையில் கால்களை மடித்து உட்கார்ந்தார். அவருடைய முகம் எவ்வித உணர்ச்சிகளுமில்லாமல் பாறை போன்ற தெளிந்த அமைதியுடனிருந்தது. சித்தி வாயில் போட்ட மாத்திரைகளை மறுப்பேதும் சொல்லாமல் விழுங்கிவிட்டுப் பாலை ஒரு வாய் குடித்தார். தலையணையடியில் வைத்திருந்த உயிலை எடுத்துக் கொஞ்ச நேரம் உற்றுப் பார்த்துவிட்டு மறுபடியும் அங்கேயே செருகினார். சித்தி திரும்பிச் சென்றதும் கண்களை மூடிப்படுத்துக்கொண்டார். என் மேலும் பெரும் நித்திரை வந்து கவிந்தது. நாற்காலியில் ஆழ்ந்து தூங்கிப் போனேன். எனக்குத் தோன்றிய கனவில் முழுமையாகக் குணமடைந்து விட்டிருந்த சித்தப்பா கண்களைத் திறந்து பார்த்தார். அதனால் ஏற்பட்ட மனநிறைவில் புன்னகையுடன் விழித்தெழுந்தேன். உண்மையாகவே எதிரில் பழையபடி படுத்திருந்த சித்தப்பா என்னைப் பார்த்துக்கொண்டிருந்தார். எனக்குப் பயத்தில் வாயடைத்தது. அவருடைய விழிகள் நகர்ந்து வராந்தாவி லிருந்த ஒரு பழைய புகைப்படத்தில் போய் நிலைத்தன. அதில் சித்தப்பாவினுடைய அம்மாவின் உருவம் மங்கலாகத் தெரிந்தது. எப்போதோ அணிவிக்கப்பட்டிருந்த மாலை சருகாகத் தொங்கிக் காற்றில் ஆடியது. அந்தப் புகைப்படத்தின் மேல் சித்தப்பாவினுடைய பார்வை அகலாமல் பதிந்திருந்தது. நான் "சித்தப்பா..." என்று கத்திவிட்டேன். சமையலறையி லிருந்து சித்தி ஓடி வந்து கண்ணீர்விட்டபடி அவரைப் பிடித்து உலுக்கினாள். சித்தப்பாவின் கண்கள் திறந்தேயிருக்க உடலில் எந்த அசைவுகளுமில்லை. உடனே சித்தி பெருங்குர லெடுத்து அழத் தொடங்கினாள்.

●

தூக்குக் கயிற்றின் அழைப்பு

இரவு படுக்கும்போது மகேஸ்வரி வழக்கம் போல் பேசிக்கொண்டிருந்தாள். "... அடிக்கடி சுந்தரமூர்த்திக்கும் கல்யாணிக்கும் சண்டை நடக்குதாம். அவனுக்குப் போடறதாச் சொன்ன நகையெல்லாம் வேணுமாம். அவன் முதல்ல வரதட்சணை கேட்டிருந்தா கல்யாணமாகியிருக் காது ..." என்றாள். மனைவிக்குப் பதிலெதுவும் சொல்லவில்லை சரவணன். சில மாதங்களுக்கு முன்பு தன்னுடைய தங்கை கல்யாணிக்குத் திருமணம் நடந்து முடிந்ததால் அவள் நிம்மதி யடைந்திருந்தாள். அவளை அணைத்து நெற்றியில் முத்தமிட்டான். அவள் மேலே சாய்ந்து அழுதாள். "சுந்தரமூர்த்திய கல்யாணிதான் பேசி மாத்தணும்" என்றான் சரவணன். அவன் சொன்னதை விரும்பியவளைப் போல் அவனைக் கட்டியணைத் தாள். அவளுடைய பின்கழுத்தை வருடி உணர்ச்சி கரமான கூடலுக்குத் தயாரானான். அப்போது அனுமதியின்றி எங்கும் புகக்கூடிய இயந்திரமான கைபேசி ஒலித்தது. அந்த நேரத்தில் அதன் மணி யோசை பயங்கரமாயிருந்தது. அவன் எழாமல் கைபேசியை எட்டி எடுத்தான். மகேஸ்வரியின் பெரியப்பா மகனான சந்திரசேகரனுடைய பெயர் தெரிந்தது. அந்த அழைப்பை உடனே துண்டித்தான். அவளிடம் அதைத் தெரிவிக்காமல் தழுவலைத் தொடர்ந்தான். கைபேசி மீண்டும் ஓசையிட்டது. கீழே படுத்திருந்த அவர்களுடைய மகன் எழுந்து தூக்கக் கலக்கத்துடன் சுற்றிலும் பார்த்துவிட்டு மீண்டும் படுத்தான்.

சில நாட்களுக்கு முன்பு இரவில் கொஞ்சம் முன்னதாக சரவணன் வீட்டுக்கு வந்தான். சந்திரசேகரனுடைய இரு சக்கர வாகனம் வாசப்படி எதிரில் சாய்வாக நின்றிருந்தது. தான் ஓட்டிவந்த வாகனத்தைத் தெருவில் நிறுத்திவிட்டு மெதுவாக உள்ளே நுழைந்தான். அவன் வந்ததைக் கவனிக்காமல் சந்திரசேகரன், கல்யாணி, மகேஸ்வரி மூவரும் சமையலறையில் பேசிக்கொண்டிருந்தார்கள். அவன் கடந்து செல்லும் போது மகேஸ்வரி சந்திரசேகரனை "வெளியே போடா" என்றாள். அவள் தொடர்ந்து திட்டுவது கேட்டது. படுக்கையறைக்குச் சென்று அவன் சில முறை கூப்பிட்ட பிறகு வந்த அவளிடம் "என்ன பிரச்சினை?" என்றான். "அவங்க இந்தச் சங்கிலியைப் பிடுங்கறாங்க" என்று அழுதாள். "அவங்களை நான் கேக்கறேன் . . ." என்று வெளியே வந்தான். "நீங்க சண்டை போடக் கூடாது" என்று அவள் பின் தொடர்ந்தாள். கல்யாணியின் கழுத்தில் தொங்கிய கனமான மஞ்சள் கயிறு இன்னும் புதிதாயிருந்தது. சிவந்த குங்குமத்தை நெற்றியிலும் உச்சந்தலையிலும் சேர்த்து வைத்திருந்தாள். "அவகிட்டயிருந்து நகை திருடறீங்களா?" என்றான் சரவணன். புதுப் புடவை பளபளக்க எழுந்த கல்யாணி "நாங்க கொஞ்ச நாளில திருப்பிக் கொடுத்துடறோம்" என்றாள். "நீங்க நிச்சயமாத் தர மாட்டிங்க" என்றான் சரவணன். சந்திரசேகரன் "கல்யாணி நகையில்லாம மாமியார் வீட்டுக்குப் போக முடியாது" என்றான். அவனுடைய கண்கள் ரத்தச் சிவப்பாயிருந்தன. "எங்களை ஏமாத்தப் பாக்கறிங்க . . ." என்றான் சரவணன் கோபத்துடன். "உங்களால அவ வாழ்க்கைப் பாழாகப் போகுது" என்று முணுமுணுத்தான் சந்திரசேகரன். "இனிமே நீங்க வீட்டுக்கு வரக் கூடாது" என்று கத்தினான் சரவணன். மகேஸ்வரி இடையில் புகுந்து "நீங்க உள்ள போங்க . . ." என்றாள். அவளை "நீதான் காரணம் . . ." என்று தள்ளினாள் கல்யாணி. கால்கள் தடுமாறிக் கீழே விழுந்தாள் மகேஸ்வரி. அவளைத் தூக்காமல் கல்யாணியும் சந்திரசேகரனும் சென்ற பின்பும் அவள் தரையில் படுத்து அழுது கொண்டிருந்தாள். "கல்யாணமானதால கல்யாணிக்குக் கர்வம் வந்திடுச்சு. அவ நல்லாயிருக்க மாட்டா . . ." என்றான் சரவணன்.

மீண்டும் கைபேசி பிடிவாதமாக அடித்தது. சந்திரசேகரன் என்ற பெயர் மறுபடியும் பளிச்சிட்டது. அதில் தீமை ஒளிந்திருப்பதாகச் சரவணன் நினைத்தான். அதைச் சந்திக்க முடியாமல் துண்டித்து "இன்னேரத்தில சந்திரசேகரன் ஏன் தொல்லை பண்றான்?" என்றான். "அடுத்தமுறை நான் எடுக்கறேன்" என்றாள் மகேஸ்வரி. காத்திருந்த அமைதியின் நடுவில் திரும்பவும் கைபேசி ஒலித்தது. எடுத்துக் கேட்ட அவளின் முகம்

மாறியது. "அய்யோ, சுந்தரமூர்த்தி தூக்குப் போட்டுச் செத்துட்டானாம்" என்று கைபேசியை வைத்துவிட்டு அழுகை பொங்கக் கூறினாள். சரவணன் திகைப்பும் பயமுமடைந்தான். மகேஸ்வரி தரையில் அழுது புரண்டாள். பையன் தூக்கத்தில் உளறியபடி திரும்பிப் படுத்தான். "நாம உடனே போகணும் என் தங்கச்சியையும் சேர்த்துக் கொன்னுடுவாங்க" என்றாள் மகேஸ்வரி சிறிது நேரம் கழித்து. சுந்தரமூர்த்தி உயிரோடிருக்க வேண்டும் என்று எண்ணிய படி "இது உண்மையான்னுத் தெரிஞ்சிக்கலாம்" என்றான் சரவணன். சந்திரசேகரன் குடித்து விட்டு உளறுகிறான் என்று எண்ணினான். ஆனால் மனதுக்குள் சுந்தரமூர்த்தி இறந்துவிட்டது தெளிவாகத் தெரிந்தது. சுந்தர மூர்த்தியின் கைபேசி எண்ணை எடுத்து அழைத்தான். அது அனாதையாக நெடுநேரம் அடித்தது. மறுபடியும் தொடர்ந்து முயன்றான். கடைசியாக எடுக்கப்பட்டுத் தயக்கமாக "யாரு?" என்று கேட்டது. அது சுந்தரமூர்த்தியின் பெரிய அண்ணனுடைய குரல். சரவணன் "சுந்தரமூர்த்திக்கு என்னாச்சு?" என்றான். "கணவன் மனைவிக்குள்ள பிரச்சினை வந்திருக்குது. அதானால இப்படிச் செஞ்சிருக்கான். உடனே ஆசுபத்திரிக்கு எடுத்துப் போயிருக்காங்க. என்னன்னு இன்னும் சரியாத் தெரியலை" என்று அவனும் குரலை அடையாளம் தெரிந்துகொண்டவ னாகச் சொன்னான். கைபேசியை வைத்து விட்டுத் தலையைப் பிடித்துக்கொண்டான் சரவணன். எல்லாம் உறுதியானதால் மகேஸ்வரி மீண்டும் அழுதவாறு பையனைத் தட்டி எழுப்பினாள். "சித்தப்பா செத்துட்டாரு, வா போகலாம்..." என்றதும் பையன் எழுந்து உட்கார்ந்தான். அவர்கள் இருட்டில் வேகமாகப் பேருந்து நிலையத்தை நோக்கி நடந்தார்கள்.

முதலில் பெண் பார்க்கும்போது சுந்தரமூர்த்தியின் அப்பா "எவ்வளவு நகை போடுவீங்க?" என்றார். நீண்டநேரம் பேசிக் கடைசியாகச் சந்திரசேகரன் சொன்னவற்றுக்கு ஒத்துக் கொண்டார். கல்யாணத்தைப் பெண்வீட்டார் நடத்த வேண்டும் என்று முடிவானது. ஜாதகங்களைப் பார்த்துவிட்டுச் சோதிடர் "ரெண்டு பேருக்கும் கொஞ்சம்கூடப் பொருத்தமில்லை. அப்படியே கல்யாணம் பண்ணாக் கட்டின தாலியைக் கோயில் உண்டியல்ல கழற்றிப்போட்டுட்டு அங்கய புதுசாத் தாலிக் கட்டிக்குங்க" என்றார். "நாங்க கேட்ட சோதிடர் ஜாதகம் பொருந்தறதாச் சொன்னாரு" என்றார் சுந்தரமூர்த்தி யின் அப்பா. "அவளுக்குக் கல்யாணமானால் என் பாரம் குறையும்" என்றாள் மகேஸ்வரியின் அம்மா. சுந்தரமூர்த்தியின் வீட்டில் நிச்சயதார்த்தத்துக்குத் தேதி குறித்துவிட்டு அனைவரும் வாடகைக் காரில் திரும்பினார்கள். இளம் ஓட்டுநர் பேய் பிடித்தது போல் வேகமாக ஓட்டினான். புதிதாக வெளியாகி

யிருந்த சினிமாப் பாட்டுகள் காருக்குள் தொடர்ந்து அலறிக்கொண்டிருந்தன. அவற்றுக்குப் பையன் உற்சாகமாகத் தாளம் போட்டான். மகேஸ்வரி மெதுவாகப் போகச் சொன்னதைக் கேட்டு ஓட்டுநர் பதில் பேசாமல் சிரித்தான். நாலுவழிச் சந்திப்பில் வயதான மனிதர் எதையும் கவனிக்காமல் சைக்கிளை மிதித்தபடி குறுக்கே வந்தார். அவர் மேல் கார் மோதியதும் கீழே விழுந்தார். கார் சக்கரங்களைத் தேய்த்து நின்றது. கண் மூடி விழுந்து கிடந்த அவர் தலையின் அடியில் ரத்தம் பெருகித் தேங்கியது. அருகில் சைக்கிள் முன் சக்கரம் கோணிக் கிடந்தது. நாலைந்து பேர் கூடி அவருக்குத் தண்ணீர் புகட்டினார்கள். அது உள்ளே போகாமல் வாயில் வழிந்தது. சரவணனும் மகேஸ்வரியும் அவளுடைய அம்மாவும் பையனும் பயத்துடன் அவசரமாக ஒரு பேருந்தில் வீட்டுக்குத் திரும்பி னார்கள். இந்த அபசகுனத்தால் திருமணத்தைத் தள்ளிப் போடலாம் என்றாள் மகேஸ்வரி. அந்த சைக்கிள்காரர் உயிர் பிழைத்துக்கொண்டதாக அங்கேயிருந்த சந்திரசேகரன் சொன்னான். அதைச் சரவணன் நம்பாமல் அவர் இறந்து விட்டதாக நினைத்தான்.

அந்த வேளையிலும் பேருந்து நிலையத்தில் பலர் பைகளுடன் காத்துக்கொண்டிருந்தார்கள். சரவணனுக்குச் சாவை எதிர்கொண்டு செல்லப் பயமாயிருந்தது. பையன் சுற்றிலும் வேடிக்கை பார்த்துக்கொண்டிருந்தான். அவன் எல்லாவற்றையும் புரிந்துகொண்டான் என்று தோன்றியது. அருகில் கார் ஒன்று வந்து நின்றது. அதன் ஓட்டுநர் “வழக்கமாகக் கொடுக்கறதைக் கொடுத்தாப் போதும்” என்று கதவைத் திறந்து விட்டார். காருக்குள் எதிரே வரும் வாகனங்களின் வெளிச்சம் மட்டும் அவ்வப்போது விழுந்துகொண்டிருந்தது. மகேஸ்வரி மீண்டும் அழத் தொடங்கினாள். அவளைச் சரவணன் ஆறுதலாக அணைத்தான். அவள் தோளில் சாய்ந்து கண்ணீர் விட்டாள். “எல்லாத்துக்கும் காரணம் சந்திரசேகரன்தான். அவன் கல்யாணிக்கு நகைங்களைப் போடாமல் ஏமாத்திட்டான். அது தெரிஞ்சு சுந்தரமூர்த்தி சண்டை போட்டிருக்கான்” என்றான் சரவணன். “கல்யாணச் செலவுக்கு வாங்குன கடனைக் கொடுக்கத்தான் அவங்க நிச்சயதார்த்தத்துக்குப் போட்ட நகையச் சந்திரசேகரன் அடகு வைச்சான். அதைப் பண்டிகைக்கு வந்தாத் திருப்பிக் கொடுக்கறதாச் சொன்னான் ...” என்று விசும்பினாள் மகேஸ்வரி. ஒருமுறை மேல் கண்ணாடி யின் வழியாக ஓட்டுநர் அவர்களை ஏறிட்டுப் பார்த்தார். சரவணனின் மடியில் படுத்துப் பையன் தன்னுடைய தூக்கத்தைத் தொடர்ந்தான். மகேஸ்வரி மேலும் பேசவில்லை.

கல்யாணிக்கும் சுந்தரமூர்த்திக்கும் நிச்சயதார்த்தம் நடந்த அன்று மழை பெய்துகொண்டிருந்தது. நீண்ட நேரமாகியும் மாப்பிள்ளை வீட்டார் வரவில்லை. மகேஸ்வரியினுடைய வீட்டில் அனைவரும் உட்கார இடமில்லாததால் தெருவோரமாகக் காத்திருந்தார்கள். நல்ல நேரத்துக்கு கொஞ்சம் முன்பாகச் சுந்தரமூர்த்தி குடும்பத்தார் வந்து சேர்ந்ததும் அவசரமாகச் சடங்குகள் நடந்தன. பரம்பரைச் சொத்தான பழைய நகையைப் பெருமையுடன் சீர்வரிசைத் தட்டில் வைத்தாள் சுந்தரமூர்த்தியின் அம்மா. இன்னொரு தட்டில் தங்கச் சரிகைகள் நிரம்பிய அரக்குப் பட்டுச்சேலை பளபளத்தது. நிச்சயதார்த்தம் நடந்து சாப்பிட்டு முடிக்க நீண்ட நேரமானது. கடைசிப் பந்தியில் உட்கார்ந்த சுந்தரமூர்த்தியின் அம்மா வேறொருவரிடம் "எங்க கௌரவம் போயிட்டது" என்றாள். அவளுடைய காதில் விழுமாறு மகேஸ்வரி "அதுக்கு வேற இடத்துல பொண்ணு பாத்திருக்கணும்" என்றாள். சுந்தரமூர்த்தியின் அம்மா கொஞ்சம் மட்டும் சாப்பிட்டு விட்டுக் கையைக் கழுவிக்கொண்டாள்.

மகேஸ்வரியும் சரவணனும் சுந்தரமூர்த்தியின் வீட்டை நெருங்குகையில் சுற்றிலும் இருள் சூழ்ந்திருந்தது. அந்த வீட்டில் மட்டும் விளக்குகள் அணையாமல் விழித்திருந்தன. எதிரில் கலைந்து கிடந்த பிளாஸ்டிக் நாற்காலிகளில் சிலர் உட்கார்ந்திருந்தார்கள். சரவணன் பையனுடன் ஓரமாக உட்கார்ந்தான். மகேஸ்வரி வேகமாக வீட்டினுள் நுழைந்தாள். உடனே அவளுடைய அழுகைக்குரலும் கல்யாணியின் அழுகைக்குரலும் சேர்ந்து எழுந்தன. அவற்றில் வேறு பெண்களின் குரல்களும் கலந்திருந்தன. கொஞ்சநேரம் கழித்துச் சரவணன் தயக்கத்துடன் உள்ளே சென்றான். சுந்தரமூர்த்தி கடைசியாகப் போட்டிருந்த சட்டையை அணைத்தபடி கல்யாணி தலை கலைந்து குரல் கம்ம அழுதுகொண்டிருந்தாள். அவளுடைய நெற்றிக் குங்குமம் கரைந்தும் ஆடைகள் குலைந்துமிருந்தன. சுந்தரமூர்த்தியின் அம்மாவும் அண்ணிகளும் அழுதவாறு மற்றொரு பக்கம் உட்கார்ந்திருந்தார்கள். கல்யாணியின் மேல் இரக்கம் தோன்ற சரவணனின் கண்கள் அவனையறியாமல் கசிந்தன. கல்யாணத்தில் கம்பீரமாகச் சூட்டுக் கோட்டில் மாலையுடன் நின்றவனும் பிறகு கோயிலுக்குச் செல்கையில் சிரித்துப் பேசிப் பழகிக்கொண்டிருந்தவனும் உயிரோடு எதிரில் உலவியவனுமான சுந்தரமூர்த்தி திடீரென்று மாயமாக இறந்துவிட்ட பயங்கரம் தாக்கியது. அவனுடைய தலை தாழ்ந்திருக்க வளர்ந்த உடல் ஒரு சிறு கயிறில் தொங்கிக் கொண்டு காற்றில் ஆடுவதைப் போன்ற பிம்பம் எழுந்தது. அது வாழ்க்கையைப் பற்றிய பெரும் பீதியைச் சரவணனுக்கு அடிவயிற்றில் கிளப்பியது.

மு. குலசேகரன்

அழுத முகத்துடன் மகேஸ்வரி அவனருகில் வந்து தோளில் தலையைச் சாய்த்தாள். "சுந்தரமூர்த்திய எல்லாரும் சேர்ந்து கொன்னுட்டாங்க, என் தங்கச்சியின் வாழ்க்கையும் நாசமா யிடுச்சு" என்று சத்தமாகப் புலம்பினாள். "பேசாம இரு, சாவு வீட்டில சண்டை வரப்போகுது" என்றான் சரவணன்.

சில சொந்தக்காரர்களுடன் சந்திரசேகரன் காரில் வந்து இறங்கினான். மகேஸ்வரியின் அம்மா ஓடிப்போய்க் கல்யாணி யைக் கட்டிக்கொண்டாள். சற்று நேரம் தொடர்ந்து அழுது கொண்டிருந்தார்கள். "இரவு சாப்பிட்டதும் வீட்டுக்காரர் வழக்கம்போல மாடிக்குப் படுக்கப் போயிட்டாரு. நான் கொஞ்சநேரம் கழிச்சுப் போனா உள்புறமா மூடியிருந்துச்சு. நிறையத் தடவை தட்டிக்கூடத் திறக்காததால பயந்து மாமியாரைக் கூப்பிட்டேன். எல்லாரும் கதவை உடைச்சுத் திறந்தோம். நேத்து உடுத்தின என் புடவைய மேலக் கட்டி அவரு தூக்கில தொங்கிட்டிருந்தாரு" என்றாள் கல்யாணி சந்திரசேகரனிடம். "அவரு வீட்டுக்குத் திரும்பறப்பக் குடிச் சிருந்தாரு. இரண்டு நாள் அப்புறம் பண்டிகைக்கு மாமியார் வீட்டுக்குப் போகணும்னு அம்மாவிடம் சொன்னாரு. அவங்க இன்னும் நகை போட்டா போன்னாங்க. அவரு செலவுக்குப் பணம் கேட்டுச் சண்டை போட்டாரு. அவங்க அம்மா தர முடியாதுன்னு சொன்னதால அவரு மனசொடிஞ்சு தற்கொலை பண்ணிகிட்டிருக்கலாம்" என்றாள் கல்யாணி அழுகையுடன். "நான் அப்பவே கெட்டது நடக்குப் போகுதுன்னு நினைச்சேன் ..." என்றாள் மகேஸ்வரியின் அம்மா. சந்திரசேகரன் கண்களிலிருந்து கண்ணீர்த் தாரைகள் வழிந்தன.

சுந்தரமூர்த்தியினுடைய உடலை எடுத்துக்கொண்டு மருத்துவமனைக்குப் போயிருந்த அவனுடைய அப்பா கலைந்த தலையும் உடையுமாக வந்தார். "இது போலிசு கேசாயிடுச்சு. உடம்பைப் பரிசோதனை பண்ணிட்டு நாளைக்குதான் தருவாங்க" என்றார். "இந்த வயசுல தற்கொலை பண்ணிகிட் டானே?" என்று சரவணனிடம் அழுதார். பிறகு அவன் கைகளைப் பிடித்தபடித் தெருவுக்கு நடந்தார். "கல்யாணிக்கும் சந்திரசேகரனுக்கும் கள்ள உறவு இருக்கறதா கொஞ்சநாள் முன்னால சுந்தரமூர்த்தி சண்டை போட்டான்" என்றார் குரலைத் தாழ்த்தி. சரவணனுக்கு நெஞ்சில் நெருப்பு மூண்டது போலிருந்தது. அருகில் சுந்தரமூர்த்தியின் அண்ணன் கவனிக் காதவன்போல் வேறுபுறம் பார்த்துக்கொண்டிருந்தான். "இரண்டு பேரும் அண்ணன் தங்கச்சி முறைக்காரங்க. அது தெரியாம சொன்னாப் பாவம்" என்றான் சரவணன். சுந்தரமூர்த்தியின் அண்ணன் திரும்பி "உங்களைக்கூடத் தம்பி சந்தேகப்பட்டான்"

என்றான். "இதையெல்லாம் நாங்க நம்பலை, அவனுக்கு வேளை வந்து போயிட்டான்" என்றார் சுந்தரமூர்த்தியின் அப்பா. யாரோ அழைக்கப் பெரிய மகனுடன் வெளியில் கிளம்பினார். சரவணன் பயத்தில் உறைந்து நின்றிருந்தான். மீண்டும் உள்ளே நுழைகையில் கல்யாணி "...அவன் மறுபடியும் தற்கொலை பண்றதுக்குப் பாக்குறானேன்னு கத்திக்கிட்டு தான் மாமனார் ஓடி வந்தாரு..." என்று சொல்லிக்கொண் டிருந்தாள். "கல்யாணமாகறதுக்கு முன்னால என் வீட்டுக்காரரு எதுக்காவோ தற்கொலைக்கு முயற்சி செஞ்சிருக்காரு. ஒரு தடவை தூக்குப் போடக் கயிறு எடுத்தா அது விடாம கூப்பிடுமாம். கடைசியா மூணாவது முறை சாவு வருமாம்" என்று புலம்பினாள். "என் பொண்ணு வாழ்க்கை வீணாப் போச்சே" என்று மகேஸ்வரியின் அம்மா அழுதாள்.

இன்னும் பொழுது விடியாமல் இருட்டியிருந்தது. பையன் கடைவாயில் எச்சில் வழிய நாற்காலியில் சுருண்டிருந்தான். தலையைப் பிடித்துக்கொண்டு சரவணன் பக்கத்தில் உட்கார்ந் திருந்தான். சுற்றிலும் உடலை ஊடுருவும் குளிர் நிறைந்திருந்தது. அவன் கைகட்டி கண்களை இறுக மூடிக்கொண்டிருந்தான். சுந்தரமூர்த்தி வெண்மையான பற்கள் தெரிய சிரித்தபடி எதிரில் தோன்றினான். "நல்லாயிருக்கீங்களா, ஏன் இங்க உட்கார்ந்திருக்கீங்க? வீட்டுக்குள்ள வாங்க" என்று உயரமான உருவம் குனிய அழைத்தான். கல்யாண கோலத்தில் பட்டு வேட்டி சட்டையுடன் புகைப்படத்துக்காக அருகாமையில் நின்றான். கலைந்த தலைமயிரைச் சரி செய்தபடி படுக்கை யறையிலிருந்து எழுந்து வெளியில் வந்தான். அவனுடைய வெள்ளையான புது பனியனின் விளிம்பில் மஞ்சளும் குங்குமும் பளிச்சென்று ஒட்டியிருந்தது. புடைத்துத் தெரியும் கழுத்தில் பொன் சங்கிலி புரண்டு மின்னிக்கொண்டிருந்தது. மறுபடியும் கையைப் பற்றிக் கூப்பிட்டான்.

சரவணன் கண்களைத் திறக்கையில் மகேஸ்வரியின் பெரியம்மா மகன் எதிரில் நின்று அழைத்துக்கொண்டிருந்தான். "டீ சாப்பிடலாம் வாங்க" என்றான். அந்தக் குளிரிலும் சரவணன் நன்றாக வேர்த்திருந்தான். அவனுக்கு எந்தக் காலத்திலிருக்கிறோம் என்ற குழப்பம் ஏற்பட்டது. சுற்றிலும் விளக்குகளும் நாற்காலிகளும் அழுகைக் குரல்களும் எவ்வித மாற்றமுமில்லாமலிருந்தன. சுந்தரமூர்த்தி உண்மையில் இறந்து விட்டதை அவை தெளிவாகக் காட்டின. பையனை எழுப்பி அம்மாவிடம் போகச் சொல்லி விட்டுச் சரவணன் நடந்தான். அதிகாலையின் குளுமை உடலெங்கும் பரவியது. சாலையோர மரங்களிலிருந்து பறவைகளின் குரல்கள் புத்துணர்வைக்

கொடுத்தன. அப்போதுதான் திறந்த கடையில் புது மணத்துடன் தேநீர் குடிக்கையில் பயம் கொஞ்சம் குறைந்தது. அவனைச் சுற்றிலும் உயிரோட்டம் ததும்பிக் கொண்டிருந்தது. "இப்பதான் ஆஸ்பத்திரிக்குப் போயிட்டு வந்தேன். இருட்டான இடத்துல சுந்தரமூர்த்தியின் உடம்பு தனியாக் கிடந்தது. சாவு எடுத்து முடிக்க சாயங்காலமாயிடும்" என்றான் மகேஸ்வரியின் பெரியம்மா மகன். தேநீரை மெதுவாக உறிஞ்சிக் குடித்துக் கொண்டிருந்தான் சரவணன். "இதுக்கு முன்னால சுந்தர மூர்த்திக்குக் கல்யாணமாகி ஒரு குழந்தைகூட இருக்குதாம். அது வேற சாதின்னு அவன் அப்பா பணம் கொடுத்துப் பிரிச்சுட்டாராம். அந்தப் பொண்ணு இன்னும் பணம் கேட்டு தாம். கல்யாணியின் நகைங்களை எடுத்துச் சுந்தரமூர்த்தி கொடுத்தானாம். இதனால அவங்கக் குடும்பத்துல பெரிய சண்டை நடந்ததாம். கல்யாணிக்குத் தெரிஞ்சு போயிடுமோன்ற பயத்தில அவன் தூக்குப் போட்டுகிட்டிருக்கணும்" என்றான் மகேஸ்வரியின் பெரியம்மா மகன் தொடர்ந்து. சரவணனுக்கு மயக்கம் வரும் போலிருந்தது. அவனுக்கு எது உண்மை என்று தெரிந்துகொள்ள முடியவில்லை.

கல்யாணியின் திருமணத்தன்று மாலை சரவணனும் மகேஸ்வரியும் வீட்டில் ஓய்ந்துப் படுத்துக்கொண்டிருந்தார்கள். அவசரமாகக் கதவு தட்டும் சத்தம் கேட்டது. வெளியில் ஒரு போலிஸ்காரர் கையில் திருமண வாழ்த்து மடலுடன் நின்றிருந்தார். "ஒருத்தர் பேருந்து நிலையத்துக்குப் பக்கத்துல விழுந்திருந்தாரு. அவர் பையில இதை வைச்சிருந்தாரு" என்றார். நிறைய நன்றிகளுடன், மலரும் மணமும் போலவும் நிலவும் வானும் போலவும் நகமும் சதையும் போலவும் மணமக்கள் வாழ சுந்தரமூர்த்தியின் அப்பாவினுடைய ஊழியர்கள் வாழ்த்தி யிருந்தார்கள். "இந்த வாழ்த்து மடல் எங்களுதில்லை ..." என்றான் சரவணன். மகேஸ்வரியின் கண்கள் உடனே கலங்கத் தொடங்கின. இருவரும் போலிஸ்காரருடன் கிளம்பினார்கள். அரசு மருத்துவமனைக்குப் பின்னால் செடி கொடிகளுக்கு நடுவில் பிணவறை அரையிருளில் மூழ்கியிருந்தது. தரையில் பருத்த உடல் ஒன்று கைகளை விரித்துக் கிடந்தது. தலைக்குக் கீழே கறுத்த ரத்தக் குழம்பு தேங்கியிருந்தது. இடுப்பில் கால் சட்டை அவிழ்ந்து வெளுத்த அடிவயிறு தெரிந்தது. சரவணன் வெளியில் தயங்கி நிற்க மகேஸ்வரி உள்ளே நுழைந்து பிணத்தின் முகத்தைக் குனிந்து பார்த்தாள். போலிஸ்காரர் ஒரு நெருப்புக் குச்சியைக் கிழித்துக் காண்பித்தார். சுவர்களில் பிரம்மாண்ட மான நிழல்கள் தோன்றி ஆடின. "அய்யோ, மாமா ..." என்று மகேஸ்வரி மயக்கமடைந்தாள். போலிஸ்காரர் உதவியுடன்

அவளை வெளியே தூக்கி வந்தான் சரவணன். "அவரு வழியில நடந்திட்டிருக்கும்போது திடீர்னு கீழே விழுந்திட்டாராம். பக்கத்திலிருந்தவங்க வந்து தண்ணி கொடுத்ததும் உயிர் போயிட்டதாம் ..." என்றார் போலிஸ்காரர். மகேஸ்வரி மயக்கம் தெளிந்து தகவல் சொன்ன பிறகு சந்திரசேகரன் வந்தான். இறந்துபோனவர் மகேஸ்வரியின் அம்மாவினுடைய தூரத்துச் சொந்தக்காரர் என்று தெரிந்தது. "அவருக்கு ரொம்ப நாளா ரத்த அழுத்தம் இருந்துச்சு" என்றான் சந்திரசேகரன். யாரோ அடித்துப்போட்டுவிட்டதாக அவருடைய குடும்பத்தினர் வந்து சண்டை போட்டார்கள். ஒத்தி வைக்க முடியாததால் கல்யாணிக்கும் சுந்தரமூர்த்திக்கும் அன்று முதலிரவு நடந்தது.

பொழுது விடிந்து எங்கும் வெளிச்சம் பரவியது. வீட்டின் எதிரில் மரக்கட்டைகளிலிருந்து புகை எழுந்து வானில் கரைந்து கொண்டிருந்தது. தாரை தப்பட்டைகள் அதிர்ந்துகொண டிருந்தன. போலிஸ்காரர்கள் வந்து சுந்தரமூர்த்தியின் அம்மா அப்பாவையும் கல்யாணியையும் விசாரித்து எழுதிக்கொண்டு போனார்கள். அனைவரும் பிணம் வருவதற்கு வெறுமைனேக் காத்திருந்தார்கள். சரவணனுக்குப் பக்கத்தில் காலியாயிருந்த நாற்காலியில் சந்திரசேகரன் உட்கார்ந்தான். மேளச் சத்தத்துடன் அவன் குரலும் கலந்து கேட்டது. "எல்லாச் சொத்தும் சுந்தர மூர்த்தியின் அப்பா பேரில இருக்குதாம். சொத்தைப் பிரித்துக் கொடுக்கச் சொல்லி அடிக்கடி சண்டை நடக்குமாம்" என்றான். கால் சட்டைப் பைக்குள் அடித்த கைபேசியில் "இன்னும் கொஞ்ச நேரத்துல எடுப்பாங்க" என்று சத்தமாகச் சொல்லி விட்டு வைத்தான். "தான் சுயமாச் சம்பாதிச்ச சொத்துல யாருக்கும் பங்கு கிடையாதுன்னு சுந்தரமூர்த்தியின் அப்பா சொன்னாராம். அதில கல்யாணிக்கும் உரிமையில்லை. ஆனா கல்யாணி வயித்துல குழந்தை வளருது. அவ குழந்தை பிறந்த பின்னால பங்கு கேட்கலாம் ..." என்றான் சந்திரசேகரன். அவன் சொன்ன சட்ட விளக்கங்களைப் பற்றிச் சரவணனுக்குச் சந்தேகமாயிருந்தது.

எந்தக் கவலையுமின்றி மேளம் மகிழ்ச்சியாக முழங்கிக் கொண்டிருந்தது. கசங்கிய மாலை செய்தித்தாள் ஒன்று பல கைகளுக்குப் பயணப்பட்டு வந்துக்கொண்டிருந்தது. அது சரவணனையும் எட்டியது. இரண்டாம் பக்க மூலையில் சிறு தலைப்புடன் சுந்தரமூர்த்தியின் தற்கொலை செய்தி வெளியாகியிருந்தது. அவன் வயிற்றுவலி தாளாமல் தூக்கிட்டுக் கொண்டதாகப் போட்டிருந்தது. அதைச் சரவணன் இரண்டு மூன்று முறை படித்துப் பார்த்தான். மேள ஒலி இடையிடையில் அமைதியாகி ஓய்ந்து மீண்டும் சத்தமாக எழுந்தது. மேளம்

அடிப்பவர்களைப் பையன் சுவாரசியமாகப் பார்த்துக்கொண் டிருந்தான். பொழுது சாய்கையில் சுந்தரமூர்த்தியின் உடல் கண்ணாடிப் பெட்டியில் வைக்கப்பட்டுச் சவ ஊர்தியில் வந்தது. மேள ஒலி உச்சத்தில் விம்மியது. அனைவரும் ஒருவரை யொருவர் தள்ளிக்கொண்டு பிணத்தைப் பார்க்க நெருங்கினார் கள். சுற்றிலும் அழுகைக்குரல்கள் சத்தமாக எழுந்தன. அவற்றில் கல்யாணி, மகேஸ்வரி இருவருடைய குரல்களும் தனியாகக் கேட்டன. மகேஸ்வரியின் அம்மா மயக்கமடைந்துக் கீழே விழுந்தாள். மகேஸ்வரியின் அழுகை எல்லாவற்றையும் மீறிப் பெரிதாக ஒலித்தது. அவள் இறந்துவிட்ட சுந்தரமூர்த்தியைத் திட்டிக்கொண்டிருந்தாள். சிலர் கோபத்துடன் அவளைப் பார்த்தார்கள். சரவணன் கூட்டத்தால் தள்ளப்பட்டுப் பிணத்தின் அருகில் சென்றான். உடல் முழுவதும் வெள்ளைத் துணி சுற்றப்பட்டிருந்ததால் சுந்தரமூர்த்தியின் முகம் மட்டும் தெரிந்தது. அதில் சாவின் பயங்கரமும் வாழ்க்கைத் துன்பமும் கொஞ்சம் கூட இல்லை. அவன் கண்களை மூடி அமைதியாகத் தூங்குவது போல் தோன்றியது.

●

திரும்பிச் செல்லும் வழி

பக்கத்துத் தெருவிலிருந்தோ வேறெங்கிருந்தோ சேவல் சத்தம் கேட்டதும் நீண்ட இரவு முடிந்து விட்டதென்று சுந்தரேசன் கண்களைத் திறந்தார். சுற்றியிருந்தவற்றை அடையாளம் காண முடியாத படி இருள் அடர்த்தியாகச் சூழ்ந்திருந்தது. பிறந்து வளர்ந்த ஊரில் தனக்குச் சொந்தமான பழைய ஓட்டு வீட்டுக்குள் மரக்கட்டிலின் மேல் மல்லாந்து படுத்திருப்பதைப் போல் அவருக்குத் தோன்றியது. கண்கள் இருட்டுக்குப் பழகியதும் ஆளுயரத்துக்கு மேலிருந்த திறந்த சாளரத்திலிருந்து புகைபோல் மங்கிய வெளிச்சம் புலப்பட்டது. எங்கும் தெளிவான அமைதி நிலவியது. அவருடைய மகன் நகரத்தின் ஓரத்தில் குடியிருக்கும் வாடகை வீட்டில் தேவையற்ற பொருட்களைப் போட்டு வைத்திருக்கும், அவர் சில மாதங்களாகத் தங்கிக்கொண்டிருக்கும் மூலை அறைதான் அது என்பது நினைவுக்கு வந்தது. எழுந்து சிறுநீர் கழிக்க வேண்டுமென்கிற உணர்வும் ஏற்பட்டது. அதை மறப்பதற்காகப் படுக்கையில் புரண்டு படுத்தார். இன்று சற்று முன்னால் விழிப்பு ஏற்பட்டிருக்கிறது. அதிகாலை வேளையில் உண்டாகும் சேவல்களின் கூவல்களும் காக்கைகளின் சத்தமும் மீண்டும் ஒலிக்கிறதாவென உற்றுக் கேட்டார். அவை விடியல்களில் இனம் பிரிக்க முடியாத கலவையாகக் காதுகளுக்குள் எப்போதும் போல் சன்னமாக எழுந்துகொண்டிருந்தன. அந்தச் சத்தங்களெல்லாம் ஊரில் பல காலமாகக் காலை வேளைகளில் கேட்டுப் பழகியதால் உருவானவைதாம் என்று எண்ணினார்.

மு. குலசேகரன்

கூர்ந்து கேட்டதில் சேவல், காக்கை, குருவிகள் எழுப்பிய சத்தங்கள் உண்மையானதாகவே தோன்றின. அவை ஒரே குரலில் பூர்வீக வீட்டுக்குத் தொடர்ந்து கூப்பிட்டுக்கொண் டிருந்தன. திடீரென்று நாலைந்து வீடுகள் தள்ளியிருந்த பெரும் சாலையில் ஒரு வாகனத்தின் சக்கரங்களின் கனத்த ஒலி ஓடிச்சென்று தேய்ந்தது. அதைத் தொடர்ந்து பல ஓசைகளும் ஒன்றோடொன்று கலந்து கேட்கத் தொடங்கின. ஆனால் நேரெதிரிலிருந்த அறை சலனமில்லாமல் ஆழ்ந்த உறக்கத்தி லிருந்தது. மருமகள் பத்மாவதி எழுந்து வெளியே வர இன்னும் நீண்ட நேரமாகும். அவளையும் மகனையும்கூட அந்தப் பழைய வீட்டுக்கு அழைத்துச்சென்று விடியற்காலையின் சத்தங்களைக் கேட்கவைக்க வேண்டும் என்று சுந்தரேசன் நினைத்துக் கொண்டார்.

உள்ளே வெளிச்சம் பரவி மூலையிலிருந்த பெரும் பானை, கை உடைந்த நாற்காலி, அரிசி மூட்டை, பழுதான எண்ணெய் அடுப்பு, ஓர் எலிப் பொறி எல்லாமும் துலக்கமாகத் தெரிய ஆரம்பித்தன. அந்தச் சாளரத்திலும் கண்ணைக் கூசவைக்கும் ஒளி மெதுவாகப் பெருகிக் கொண்டிருந்தது. அவர் படுக்கையில் சாய்ந்து உட்காரவும் சுவரில் சுண்ணாம்பு உதிர்ந்ததால் உருவான பல்வேறு வடிவங்கள் தெரிந்தன. பரந்த ஒரு மலைத் தொடரும் அதன்மேல் தவழும் சில மேகங்களும் ஓங்கிக் கிளைத்து நின்றிருக்கும் மரங்களும் பார்க்கும்போதெல்லாம் அந்தத் தோற்றங்கள் உருமாறிக்கொண்டிருக்கின்றன. திடீரென முந்தின நாள் அதில் படுத்துக்கொண்டிருக்கும் ஒரு பெண்ணுருவம் தெரிந்தது. சுந்தரேசன் இரு கைகளையும் ஊன்றிக் கட்டிலின் மேல் எழுந்து அமர்ந்தார். அப்போது எதிர் அறையின் கதவு சரியாகச் சாத்தப்படாமல் அரைகுறையாகத் திறந்திருப்பது தெரிந்தது. சிறு இடைவெளியில் இன்னும் விலகாத இருட்டு நிறைந்திருந்தது. அவர் பார்த்துக்கொண்டிருக்கையில் ஒரு கதவை மட்டும் தள்ளித் திறந்து பூப்போட்ட இரவு உடையில் பத்மாவதி கூந்தலைக் கைகளால் கோதியபடி வெளிப்பட்டாள். உள்ளே ஓரமாயிருந்த கட்டிலின் மேல் மகன் மாணிக்கம் குப்புறக் கவிழ்ந்து படுத்திருந்தான். அவனைச் சிறு வயதில் நிறையமுறை அடித்துத் திட்டியிருந்தாலும் அந்தப் பழக்கம் மாறியிருக்கவில்லை. பத்மாவதி வழக்கம் போல் நேராகக் கழிவறைக்குச் செல்லாமல் அவரை நோக்கிப் புன்னகைத்தாள். அவரும் பதிலுக்கு மகிழ்ச்சி பொங்கச் சிரித்தார். அவள் திரும்பி நடந்துவந்து அறைக்குள் நுழைந்தாள். நெருங்கி நின்று வெது வெதுப்பாயிருந்த புறங்கையால் அவர் கழுத்திலும் நெற்றியிலும் தொட்டுப் பார்த்து "நேத்து ரொம்ப சுரம்

அருகில் வந்த கடல்

அடிக்குதுன்னிங்களே?" என்றாள். அவர் "இன்னிக்கி நல்லா யிருக்குது" என்றார். மறுபுறம் சுருண்டு கிடந்த அவருடைய அழுக்கான பனியன் வேட்டிகளைக் குனிந்து எடுத்தாள். அவளுடைய ஒரு மார்பு கோழிக்குஞ்சைப் போல் அவர்மேல் தவழ்ந்து சென்றது. அவர் அசையாது படுக்கையின் மேல் கிடந்தார். அவள் மீண்டும் நிமிர்ந்து வெளியில் நழுவியிருந்த தாலிக் கயிறை உள்ளே திணித்துக்கொண்டாள். பிறகு சுருட்டிய அழுக்குத் துணிகளோடு வெளியே சென்று மறைந்தாள்.

இன்று ஏதோ விசேஷமான நாள் என்பதால்தான் பத்மாவதி சற்று முன்னதாக எழுந்துகொண்டிருக்கிறாள். திருமணமாகி நாலைந்து வருடங்களாகியும் குழந்தை பிறக்காததால் அவள் புனித நாட்களில் வீட்டைக் கழுவிக் கடவுளைச் சிரத்தையாக வேண்டிக்கொள்கிறாள் போலும். பூர்வீகச் சொத்தான சிறிய நிலத்தை விற்ற பணத்தில் முதன் முதலாக வாங்கியிருந்த கைக்கடிகாரத்தை எடுத்துப்பார்த்தார். அதில் இரண்டு முட்களும் எதையெதைக் காட்டி நின்றன என்பதைக் கணிக்க முடியவில்லை. இருந்தாலும் இப்போது மணி ஆறுக்கு மேலாகியிருக்கும். அந்தக் கடிகாரத்தைத் தடவிக் கொண்டிருந்துவிட்டுப் பக்கத்தில் வைத்தார். அறையின் மூலை யில் அவருடைய மகன் மூலமாக வாங்கியிருந்த கைத்தடி சாய்ந்து நின்றுகொண்டிருந்தது. அதை எடுக்கையில் தலையின் வளைந்த பாகமும் நீண்ட உடலும் பாம்பைப் போன்ற உருவத்துடனும் வழுவழுப்புடனுமிருந்தது. கொஞ்சநேரம் கையில் வைத்து உருட்டிப் பார்த்து மறுபடியும் அதே இடத்தில் வைத்துவிட்டுக் கட்டிலைப் பிடித்துக்கொண்டு எழுந்தார்.

அவர் வெளியே வந்தபோது மூலையில் சுருண்டு படுத்திருந்த மனைவி பொன்னம்மாவின் உருவம் தெரிந்தது. காலை விடிந்து நன்றாக வெயில் காய்ந்தாலும் அவள் ஏழு மணிக்கு முன்பாக எழமாட்டாள். அவளைச் சுற்றிக் காய்ந்த சிறுநீரின் நெடி வீசிக்கொண்டிருந்தது. அவருடைய வாய் வழக்கம்போல் ஒரு கெட்ட வார்த்தையை முனகியது. அவர் வேகமாகப் பின்புறத்துக்கு வந்தார். கழிவறையைத் திறந்து சிறுநீர் கழிக்கையில் எழுந்த ஓசை இனிமையாகக் கேட்டது. வாளியிலிருந்த நீரால் கால்களைக் கழுவுகையில் பத்மாவதி பலமுறை சொல்லியிருந்தது நினைவுக்கு வந்து மீண்டும் நிறைய நீரை ஊற்றினார். கழிவறையை ஒட்டியிருந்த குளியலறையை நெருங்குகையில் அக்கதவின் மேல் தொங்கிய அவளுடைய ஆடைகள் தென்பட்டன. கரும் பச்சை நிறத்தில் புடவையும் இரவிக்கையும் மடித்துப் போடப்பட்டிருந்தன. அடியில் வளைவு வளைவான வெளுத்திருந்த சந்தன நிறப் பாவாடை மறைந்

மு. குலசேகரன்

திருந்தது. நேற்று அவள் உடுத்தியிருந்தது வெளிர் நீலப் பாவாடை என்பதும் ஞாபகத்துக்கு வந்தது. அவற்றை நினைவில் பதிய வைத்துக்கொள்வது சிறிது நாட்களாகச் சுவாரசியமான விளையாட்டாக மாறியிருந்தது. அங்கிருந்து அவர் பார்க்கையில் சமையலறைக்குள் முகத்தில் தழல் வெளிச்சம் வீசப் பத்மாவதி அடுப்பருகில் நின்றுகொண்டிருந்தாள். அவர் குளியலறையின் கதவைச் சிரமத்துடன் உட்புறமாகச் சாத்திக்கொண்டு அந்தத் துணிகளை நுனி விரலால் தொட்டார். அவை மனித சருமத்தைப் போல் மிருதுவாயும் வெம்மையோடுமிருந்தன. அவற்றை அணைத்துக்கொள்ள எழுந்த ஆவலைக் கட்டுப் படுத்திக்கொண்டு பல் தேய்த்து முகம் கழுவினார். வெளியில் வருகையில் அவரைப் பார்த்ததும் பொன்னம்மா எதையோ முணுமுணுத்தபடி, அது அவரைச் சபித்தல்தான், திரும்பிப் படுத்தாள். துல்லியமாக இல்லையென்றாலும் அவருடைய நடவடிக்கைகளை எப்படியோ அவள் அறிந்துகொள்கிறாள். அவளுடைய சிவந்து பருத்த உடலை ஒரு பழம் புடவை போர்வையாகப் பாதி மூடியிருந்தது. இடது கை எதையும் காண விரும்பாமல் முகத்தின் மேல் குறுக்காகப் படிந்திருந்தது. அவள் இங்கு வந்த பின்னால் சிறிது இளைத்துப்போயிருக் கிறாள் என்று எண்ணியபடி அறைக்குள் வந்தார். முன்பு அனுமானித்ததைப் போல் இன்று விசேஷ தினமாயிருந்தால் பத்மாவதி கண்டிப்பாகக் குளிக்கச் சொல்வாள். தலை மாட்டி லிருந்த மூக்குக் கண்ணாடியை எடுத்து அணிந்து கொண்டு கட்டிலின் மேல் அமர்ந்து கசங்கிய வார இதழொன்றைப் புரட்டினார்.

உடனே பத்மாவதி கையில் காபியை ஏந்தியவாறு உள்ளே நுழைந்தாள். "இன்னிக்கி அமாவாசை, குளிச்சிடுங்க" என்றபடி தம்ளரை நீட்டினாள். அவர் இரு கைகளாலும் அதை வாங்கிக் கொள்கையில் அவளுடைய விரல்கள் உரசின. அவளுடைய உடலின் வெப்பம் நரம்புகளெங்கும் பாய்ந்து பரவியது. "இதோ குளிக்கறேன், கொஞ்சம் தலைக்குச் சீயக்காய் வேணும் . . ." என்றார். அவர் காபியைக் குடித்து முடிக்கும் வரை அவள் அறையிலுள்ள பொருட்களை வேடிக்கை பார்ப்பவளைப் போல் அருகில் நின்றிருந்தாள். அவளுடைய தலை முடிகள் ஒன்றிரண்டு கலைந்து தொங்கின. இரவு உடையின் தளர்ந்திருந்த மேல் பகுதியை அவர் கண்கள் நாடிச் செல்வதை அவள் கவனிக்காத வளைப் போலிருந்தாள். அவளை மேலிருந்து கீழாக நோக்கிய படி காபியைத் துளித்துளியாக உறிஞ்சினார். இருமாதங்களுக்கு முன்பு மயங்கி விழுந்து இங்கு வந்தபோது அவள் முதலில் அன்னியமாகத் தெரிந்தாள். படுக்கையாகக்

கிடக்கையில் ஆறுதலான சொல்லாலும் செயலாலும் அவள் மெல்ல நெருங்கி வந்தாள். அவருடைய காயத்தை அருவருப்பில்லாமல் களிம்பு தடவி ஆற்றினாள். அவள் எடுத்துத் தந்த மருந்துகளால் உண்டான மயக்கத்தினூடே ஒரு தேவதையைப் போலத் தோன்றினாள்.

சுந்தரேசன் துண்டையும் வேட்டியையும் தோளில் போட்டுக்கொண்டு குளியலறையை நோக்கிச் சென்றார். அதற்குள் அவள் ஆடைகளைத் திரும்பச் சேகரித்துச் சென்றிருந்தாள். அவள் உள்ளேயிருந்து ஒரு பாத்திரம் நிறைய ஆவி பறந்த வெந்நீரை எடுத்து வந்து வாளியில் கொட்டினாள். உள்ளாடை எதையும் உடுத்தியிருக்காததால் தாழக் குனிந்த போது அவளுடைய மார்பகங்கள் வெண்மையாகக் கண்களில் விழுந்தன. அவர் அவற்றைப் பார்த்தபடியே நின்றிருந்தார். அவள் ஒருமுறையும் ஏறிட்டுப் பார்க்காமல் தண்ணீரை விளாவி ஒரு சிகைக்காய்ப் பொட்டலத்தையும் பிரித்து வைத்துக் கொண்டிருந்தாள். அவளிடம் ஏதாவது கேட்டுப்பெற வேண்டுமென அவருக்குத் தோன்றியது. கல்யாணமான ஆரம்ப நாட்களில் அவரைப் பொம்மையைப் போல் அமரவைத்து மனைவி குளிப்பாட்டியிருக்கிறாள். நோய் வாய்ப்பட்ட பின் கடைசி மகளும் வந்திருக்கையில் ஒருமுறை குளிப்பாட்டினாள். அவர் நடமாட முடியாமலிருந்தபோது பத்மாவதி மருத்துவர் சொல்லியபடி வெந்நீரில் நனைத்த துணியால் உடலைத் துடைத்திருக்கிறாள். அவர் தயங்கியவாறு "கொஞ்சம் முதுகு தேய்ச்சி விடு" என்றார். அவள் சிறிது வெட்கம் கசிய ஏதும் பேசாமல் தலையாட்டிச் சிரித்தாள். அவர் மனையில் அமர்ந்ததும் தலையிறங்க நீரூற்றிச் சோப்புக் கட்டியால் முதுகில் தேய்த்தாள். அவளுடைய வளையல்கள் ஏறியிறங்கித் தாளத்துடன் ஒலித்தன. சுற்றிலும் நுரைக் குமிழ்கள் பொங்கி வழிந்தோடின. அவருடைய உடல் தேய்ப்பதற்கேற்ப அசைந்து கொடுத்துக்கொண்டிருந்தது. ஓரிரு முறை அவளுடைய விரல்கள் விலாப்புறங்களில் கிச்சு கிச்சு மூட்டுவதைப் போல் விளையாடின. வெளியே மனைவி முனகிய சத்தம் கேட்டது. பிறகு பத்மாவதி காலிப் பாத்திரத்தை எடுத்துக்கொண்டு சமையலறை இருட்டுக்குள் சென்று மறைந்தாள். அவர் ஈர வேட்டியைக் களைந்து தண்ணீர் காலியாகும் வரை ஊற்றிக் கொண்டிருந்தார். மாற்று வேட்டியை உடுத்துகையில் வெம்மையாயிருந்த உடல் மெல்லக் குளிரத் தொடங்கியது.

அறைக்கு வந்து பனியனை அணிந்து வாசப்படியில் நாற்காலியை நகர்த்திப் போட்டுக்கொண்டு உட்கார்ந்தார். யாருமற்ற கூடத்தின் மறுமுனையிலிருந்த தொலைக்காட்சி

மு. குலசேகரன்

பல வண்ணங்களோடும் சத்தங்களோடும் தனிமையில் ஓடிக் கொண்டிருந்தது. அதில் ஆண்களும் பெண்களும் வேகமாக நடனமாடிக்கொண்டிருந்தார்கள். இன்னும்கூடக் குளிக்காம லிருந்த பத்மாவதி காலையுணவை வைத்துவிட்டுச் சென்றாள். அவளைப் பார்க்கையில் இயல்பாகத் தெரிந்தாள். அவள் உதடுகளின் ஓரத்தில் குறுஞ்சிரிப்பு ஒளிந்திருந்தது போலவும் ஒரு கணம் தோன்றியது. அவர் தட்டில் கையைக் கழுவி விட்டுத் தொலைக்காட்சியைத் தொடர்ந்து பார்த்துக்கொண் டிருந்தார். மாணிக்கம் வேகமாகக் குளித்துச் சாப்பிட்டு உடை மாற்றிக்கொண்டு அறையிலிருந்து வெளிப்பட்டான். அவனைப் பார்த்ததும் நினைவு வந்து "மாணிக்கம், மருந்து காலியாயிருச்சி, வாங்கியாந் திடறியா?" என்றார். "ஏம்பா, காலியாவறதுக்கு முன்னால சொல்லக் கூடாதா? எவ்வளவு தரம் சொல்லியிருக்கேன்?" என்றான் அவன் புறப்படும் அவசரத்துடன். அவர் தொலைக் காட்சியை மீண்டும் மௌன மாகப் பார்த்தார். "சரி, மருந்துக்குப் பேங்குல பணம் எடுக்கணும், கையெழுத்துப் போட்டுத் தா" என்றான். அவர் எழுந்து சென்று தலையணையடியில் வைத்திருந்த பாஸ் புத்தகத்தையும் காசோலைகளையும் எடுத்துவந்து தந்தார். அவன் தொகையை நிரப்பாமல் வெற்றுக் காசோலையுடன் பேனாவை எடுத்து நீட்டினான். அதில் லாவகத்துடன் கையெழுத்திட்டபோது அவருக்குப் பெருமையாக இருந்தது. அவரால் இன்னும் கையெழுத்தைத் தெளிவாகவும் வேகமாகவும் போட முடிகிறது. அதை வாங்கி மடித்து வைத்துக்கொண்டு மாணிக்கம் உடனே வெளியே சென்றான். அவனுடைய வண்டி ஒருமுறை தயங்கி இரைந்து கிளம்பி மறையும் சத்தம் கேட்டது.

சுந்தரேசன் தூரத்திலிருந்த தொலைக்காட்சியை உற்றுப் பார்த்துக்கொண்டிருந்தார். அதில் வினோதமான பாடல் காட்சிகளும் விளம்பரங்களும் தோன்றி மறைந்துகொண் டிருந்தன. அப்போது, வீட்டின் பின்புறமிருந்து பொன்னம்மா துணிகளை எடுத்துக்கொண்டு அசைந்து நடந்துவந்து குளிய லறைக்குள் நுழைந்தாள். மறுபடியும் பத்மாவதி வெந்நீரை எடுத்துவந்து ஊற்றிவிட்டுச் சென்றாள். உள்ளிருந்து சலசல வென்று தண்ணீர் விழுந்த சத்தமும் குப்பென்று சந்தன சோப்பின் மணமும் எழுந்தன. இடையில் கை தவறிய சொம்பு உருண்டோடும் ஒலி கேட்டது. தொலைக்காட்சியில் பிம்பங்கள் விரைந்து மாறிக்கொண்டிருந்தன. சிறிது நேரம் கழிந்து பொன்னம்மா புடவையை மேலே இழுத்துச் சுற்றிக்கொண்டு வெளிப்பட்டாள். அவளுடைய சிவந்த முதுகில் நீர்த் துளிகள் வழிய நடுவில் திருஷ்டிப் பொட்டைப் போல் கருமச்சம் வட்டமாக மின்னியது. அவள் ஒருமுறை அவரைத் திரும்பிப்

பார்த்துவிட்டுத் தலையைத் திருப்பிக்கொண்டாள். சுந்தரேசன் அவசரமாகக் கண்களை வேறுபுறம் நகர்த்தினார். திடீரெனப் பத்மாவதி புகுந்து அவரைப் பாராமலேயே தொலைக்காட்சிப் பெட்டியைச் சட்டென்று நிறுத்திவிட்டுச் சென்றாள். அவர் சற்று நேரம் அணைந்த திரையைப் பார்த்தபடி அமர்ந்திருந்தார். பின் உள்ளே வந்து கட்டிலின் மேல் சோர்வுடன் சாய்ந்தார். அறை குறுகலாகக் கூண்டைப் போலிருந்தது. யாராவது உறவினர்களோ மகள்களோ பார்க்க வந்தால் விடுதலையைப் பெரும் பரிசாக அளித்ததுபோலிருக்கும். பாலிதீன் உறையில் சுற்றிவைத்திருந்த ஒரு ரொட்டித் துண்டை எடுத்துத் தின்றார். மூலையில் மடிந்துகிடந்த ஒரு பழைய செய்தித்தாளை எடுத்து விரித்தார். கண்ணாடி வழியாக வார்த்தைகளெல்லாம் அர்த்தங்களை இழந்து வெறுமையாகத் தோன்றின. தலைப்புகளில் கவனத்தை ஊன்றிப் படிக்க முயன்றார். அப்போது பொன்னம்மா மெதுவாக உள்ளே நடந்துவந்து பழைய பொருட்களில் எதையோ தேடிவிட்டு முகத்தில் நிராசை தெரியச் சென்றாள். அவள் ஒருமுறைகூட அவர் பக்கமாகத் திரும்பிப் பார்க்கவில்லை. ஒரு தூரத்து உறவினரின் மனைவியோடு அவருக்கு இன்னும் தொடர்பிருப்பதாக அவள் நம்புகிறாள். பத்மாவதியினுடையதைப் போன்றே அந்த உறவுக்காரருடைய மனைவியின் மலர்ந்த முகம் துல்லியமாக அவருடைய ஞாபகத்துக்கு வந்தது. அவள் பாரிசவாயு தாக்கிப் படுத்த படுக்கையாயிருப்பதாகத் தெரிந்ததிலிருந்து அவரும் நோய் பீடித்ததைப் போல உணர்ந்துகொண்டிருந்தார். பிறகுதான் அவருக்கும் மயக்கம் வந்து விழுந்து கை அடிபட்டது. அவளை நினைவில் நிறுத்த முயன்றபடி உறக்கத்தில் மூழ்கத் தொடங்கினார்.

சுந்தரேசன் திடீரென்று விழிப்படைந்து கண்களைத் திறக்கையில் கையிலிருந்த தாள்கள் நழுவி நெஞ்சின் மேல் விழுந்திருந்தன. அவர் எதிர்பார்த்தபடியே பத்மாவதி அறைக்குள் கீழே உட்கார்ந்து நீரில் நனைத்த துணியால் தரையை மெழுகிக்கொண்டிருந்தாள். அவளின் பின்புறம் அதற்கேற்பச் சீராக அசைந்து கொண்டிருந்தது. அவளுக்கு இன்னமும் குளித்து உடை மாற்றிக்கொள்ள நேரம் கிடைத்திருக்கவில்லை. பழைய இரவு உடை கசங்கி அங்கங்கே ஈரமடைந்திருந்தது. அவர் அவளைப் பார்த்துக்கொண்டிருக்கையில் நகர்ந்து முன்புறம் வந்தாள். அவள் முகம் களைப்புடனிருந்தாலும் பண்டிகை தினத்தின் சோபையுடன் விளங்கியது. அவள் துடைக்கும் தரை தண்ணீர்பட்டுக் கண்ணாடியைப் போல் பளபளத்தது. அதில் அவளுடைய உருவம் தலைகீழாகச் சித்திரம்போல் பிரதிபலித்தது. அவள் ஒருதரம் அவரை ஏறிட்டுப்

பார்த்து விட்டுக் கண்களைத் தாழ்த்திக்கொண்டு பழையபடி கைகளை வீசித் துடைத்துக்கொண்டிருந்தாள். அவள் கண்களில் ஒரு மர்மமான சிரிப்பு குடியிருந்தது போல் மீண்டும் தோன்றியது. எழுந்து வெளியில் செல்லலாமென ஒரு கணம் நினைத்தார். ஆனால் தரையைச் சுற்றிலும் ஈரம் படிந்திருந்தது. அவரும் அவளும் மட்டுமேயான முழுதான தனிமை உடைபட்டுவிடக் கூடாது என்றும் எண்ணினார். அவள் துடைத்தபடியே நகர்ந்து கட்டிலருகில் வந்துவிட்டாள். கால்களைத் தூக்கிக் கட்டிலின் மேல் மடக்கி வைத்துக்கொண்டார். பத்மாவதி கையெட்டும் தூரத்தில் நெருங்கியிருந்தாள். அவளுடைய முழங்கால் அழுத்திய தால் மார்பகங்களுக்கு இடையில் உருவான சிறு பிளவு ஆழமாகத் தெரிந்தது. இடது புறங்கை ஒருமுறை உயர்ந்து தொங்கிய தலைமயிரை ஒதுக்கிவிட்டது. உடைக்குள் ஒரு பக்க மார்பு இலேசாக அசைந்தது. அவளுடைய ஆடை இறங்கி மறைந்திருந்த மார்புப் பகுதி மீண்டும் வெண்மை யாகப் புலப்பட்டது. சுந்தரேசன் உட்கார்ந்தபடி பித்தச் சிரிப்புடன் “வெளியில தெரியுது பாரு ...” என்று தன் மார்பைத் தொட்டுக் காட்டினார். பத்மாவதி முதலில் வெட்கப் புன்னகை கலந்த ஆச்சரியத்துடன் குனிந்து பார்த்து ஈர விரல்களால் ஆடையை இழுத்துவிட்டுக்கொண்டாள். பிறகு அவரை உற்றுப் பார்த்தபடி எழுந்து நின்றாள். அவரும் கட்டிலிலிருந்து எழுந்து குழறியபடி “பத்மா ... பத்மா ...” என்றார். அவர் கண்ணெதிரே அவள் அளக்க முடியாதவளைப் போல் வளர்ந்து நின்றாள். உயிர் ததும்பி நின்ற அவளை அணைத்துக்கொள்ள இருகைகளை யும் நீட்டி வேகமுடன் நகர்ந்தார். அவளும் அதை ஏற்று ஆதரவாய் நெஞ்சோடு தழுவிக்கொள்ளக் கூடும். ஆனால் கையிலிருந்த துணிச் சுருள் பயத்தால் நழுவிக் கீழே விழுந்தது. அவள் நினைவு பெற்றவளைப் போல் “அய்யோ” என்று அலறியபடி அறையிலிருந்து ஓடிச்சென்றாள். அவளுடைய கால் இடறி பிளாஸ்டிக் வாளி உருண்டு எஞ்சிய அழுக்கு நீர் வழிந்தது. அவர் அப்படியே செய்வதறியாது கைகளை விரித்தபடி திகைத்து நின்றார். துடைக்கப்பட்ட தரையில் நீர் பரவி ஓடிக்கொண்டிருந்தது. வெளியில் பொன்னம்மா “ஏன் கத்துனா தெரியலையே, கெழவன் என்ன செஞ்சானோ?” என்று புலம்புவது அவர் காதில் தெளிவாக விழுந்தது. பத்மா விடமிருந்து எவ்விதப் பதிலும் எழவில்லை.

சுந்தரேசன் மீண்டும் கட்டிலின் மேல் சரிந்து எதிர்ச் சுவரை வெறுமனே பார்த்துக்கொண்டிருந்தார். அதில் அடையாள மற்ற பல மனித உருவங்கள் வரிசையாக நின்று கொண்டிருந்தன. அவை உயிர் பெற்று அசைந்து அவரை

நோக்கி வருவனபோல் தோன்றின. சுற்றிலுமிருந்த தட்டுமுட்டுச் சாமான்களில் குடிகொண்டிருந்த வெறுமை அகன்று பயங்கரமாக உறுத்துப் பார்த்தன. ஓரத்தில் அவள் தள்ளிவிட்டிருந்த வாளியும் துணிச் சுருளும் அனாதையாகக் கிடந்தன. அவருக்கு வேர்வை ஊற்றுப் பெருகி உடல் குளிரத் தொடங்கியது. மதிய உணவுக்கு மாணிக்கம் வருகின்ற நேரம் துளித் துளியாக நெருங்கிக்கொண்டிருந்தது. அவன்மேல் அவருக்குக் கடும் துவேஷம் எழுந்தது. அவனுடைய ஆரோக்கியத்தின் மீதும் இளமையின் மேலும் வெறுப்புப் பெருகியது. இந்த நிலைமைக் கெல்லாம் காரணம் அவன்தான். அவரை அறைக்குள் அடைத்து சுதந்திரமாக நடமாடவிடாமல் செய்கிறான். அவனை எவ்விதத்திலாவது பழிவாங்க வேண்டும் என்ற தீராத விருப்பம் தோன்றியது. அவர் தீர்மானத்துடன் எழுந்து ஆணியில் மாட்டியிருந்த கசங்கியிருந்த சட்டையை எடுத்து அணிந்துகொண்டார். அதன் பையைத் துழாவியதில் சில ரூபாய்த் தாள்களும் சில்லறைகளும் தட்டுப்பட்டன. அலமாரியில் மடித்து வைத்திருந்த சட்டை வேட்டிகளை எடுத்துப் பைக்குள் திணித்தார். பல்வேறு மருந்து மாத்திரை அட்டைகளை எடுத்துப் பக்கவாட்டில் சொருகினார். சீப்பு, பல் துலக்கும் பிரஷ், சால்வை, துண்டு எல்லாவற்றையும் பையில் அடைத்தார். அது பிதுங்கித் துணி மூட்டைபோல் கனமாயிருந்தது. கவனமாகக் கைக்கடிகாரத்தைக் கட்டிக்கொண்டார். கைத்தடியைப் பக்கத்தில் எடுத்து வைத்துக்கொண்டு அமர்ந்தார். மீதியிருந்த ரொட்டித் துணுக்குகளை மென்றார். தலையணைக்கடியில் தேடியபோது வங்கிக் கணக்குப் புத்தகத்தை மாணிக்கத்திடம் தந்திருந்தது ஞாபகத்திற்கு வந்தது. அவன் பணம் அனைத்தையும் எடுத்துக் காலிசெய்துவிடுவானோ என்ற அச்சமும் எழுந்தோடியது. அவர் உற்றுக் கேட்கையில் வீட்டினுள் எந்தச் சத்தமும் இல்லை. ஓரிரு தட்டுமுட்டுச் சாமான்கள் முட்டும் உலோக ஒலிகளைத் தவிர இறுக்கமான மௌனம் உறைந்திருந்தது. வெளியே சாலையில் ஓசைகள் பொங்கி வழிந்துகொண்டிருந்தன. அவர் வேகமாகக் கூடத்தைக் கடந்து கழிவறைக்குச் சென்று வந்தார். பொன்னம்மா விழித்தபடி கால்களை நீட்டிப் பாதுகாவலாக மூலையில் உட்கார்ந்திருந்தாள். அவரைக் கண்டதும் பக்கவாட்டில் திரும்பி அடித் தொண்டையில் "தூ" வென்றாள். சமையலறை இருட்டுக்குள் எதுவும் புலப்படவில்லை. அவர் மறுபடியும் கட்டிலின் மேல் உட்கார்ந்து காத்திருந்தார். வீடு முழுதும் இறுக்கமான அமைதி நிறைந்திருந்தது.

நடுப்பகல் நேரத்தில் மாணிக்கத்தின் வாகனம் வந்து நின்ற ஓசை கேட்டது. அவன் அறைக்குள் நுழைந்து பத்மாவதி

யிடம் பேசுவதற்கு முன்பாக அவனைச் சந்தித்து விட எழுந்து நின்றார். அவர் வெளிப்படுவதற்குச் சிறிது முன்பே அவன் அறைக்குள் சென்றுவிட்டான். உடனடியாக அவனைப் பின் தொடர்ந்து எங்கிருந்தோ வந்த பத்மாவதியும் புகுந்தாள். அறையின் கதவுகள் இழுத்துச் சாத்திக்கொண்டன. உள்ளே யிருந்து விசும்பல்களும் அடிக்குரல்களும் கேட்டன. இன்னும் சற்று நேரத்தில் பூகம்பம் வெடிக்கலாம். அவர் எதற்கும் தயாராக அவர்கள் இருவருக்குமிடையே உருவாகும் நெருக்கத்தை உடைப்பதுபோல் நெருங்கிச் சென்று அந்தக் கதவுகளைத் தள்ளித் திறந்தார். மாணிக்கமும் பத்மாவதியும் ஒருவரை யொருவர் அணைத்துக்கொண்டு நின்றிருந்தனர். அவரைக் கண்டு பிரிந்து விலகினர். அவளுடைய கண்கள் கலங்கி ஈரமாக இருந்தன. அதைக் காணாததுபோல் அவர் மாணிக்கத்திடம் "ஏன் ப்ளாங்க் செக்குல நீ கையெழுத்து வாங்கிட்டுப் போன? என் பாஸ் புக்கைத் தா..." என்றார். அவன் எதுவும் பேசாமல் உதடுகள் துடிக்க அவரை நோக்கிக் கையை முகத்திற்கு நேராக நீட்டினான். பிறகு அறைக் கதவை வேகமாக அறைந்து மூடினான். அவர் திடுக்கிட்டுச் சற்று நேரம் சாத்திய கதவுகளுக்கு முன்னால் தயங்கி நின்றார். பின் தடுமாறிய படி அறைக்கு மீண்டு கட்டிலில் அமர்ந்தார். கொஞ்ச நேரம் கழித்து மாணிக்கம் வேகமாக உள்ளே வந்து மருந்துப் பொட்டலத்தையும் வங்கிக் கணக்குப் புத்தகத்தையும் அவரருகில் வைத்துவிட்டுப் பேசாமல் திரும்பிச் சென்றான். அவர் அதைப் புரட்டிப் பார்க்காமல் மருந்துகளுடன் பைக்குள் வைத்தார். பின் எழுந்து பையைத் தோளில் மாட்டிக்கொண்டு கூடத்துக்கு வந்தார். வாசப்படியில் நின்று "நான் ஊருக்கே போறேன்" என்று பொதுப்படையாகச் சொன்னார். மாணிக்கமும் பத்மாவதியும் வெளியில் வந்து பின்னாலிருந்து அவரைப் பார்ப்பது தெரிந்தது. பொன்னம்மா படுக்கையில் எழுந்து அமர்ந்து கால்களை நீட்டியபடி பார்த்தாள்.

சுந்தரேசன் மெதுவாகப் படிகளில் இறங்கித் தெருவில் நடந்தார். குளிர்ந்த காற்றும் கண்ணைப் பறிக்கும் வெளிச்சமும் அவரைச் சூழ்ந்தன. வீடுகளின் வெளியே படிக்கட்டுகளில் உட்கார்ந்திருந்த சில பெண்கள் பேச்சை நிறுத்திவிட்டு அவரை உற்றுக்கவனித்தார்கள். நாற்புறமும் திறந்தவெளி பாதுகாப்பற்ற பெரும் பயத்தை ஊட்டியது. அருகிலிருந்த பேருந்து நிறுத்தத் திற்கு மெல்ல நடந்துவந்து ஓரமாயிருந்த கல்லின் மீது அமர்ந்தார். அங்கு ஏற்கெனவே பலர் காத்துக்கொண்டிருந்தார்கள். மகன் மாணிக்கம் மீண்டும் வந்து கூப்பிடுவான் என்று வீட்டின் பக்கமாகச் சிலமுறை திரும்பிப் பார்த்தார். அவனுடைய உருவம் எங்கும் தென்படவில்லை. அப்படி அவன் வந்தாலும்

எல்லோர் எதிரிலும் கடுமையாகத் திட்டி அனுப்ப வேண்டு மென நினைத்தார். அவனைத் தவிர சாலையில் யார் யாரோ போய் வந்துகொண்டிருந்தார்கள். கைத்தடியை அறையிலேயே மறந்துவிட்டு வந்திருந்தது அவரது ஞாபகத்தில் நிழலாடியது. அது உயிருள்ள ஆளைப் போல் தனிமைக்கு உற்ற துணையா யிருக்கும். அதைத் திரும்பவும் போய் எடுத்து வரலாமா என்று யோசித்தார். அதற்குள் ஒரு நகரப் பேருந்து கூட்டம் நிரம்பி வழிய ஒரு பக்கமாகச் சாய்ந்தபடி வந்து நின்றது. எல்லோரும் அதை நோக்கிச் செல்லவும் அவரும் நகர்ந்தார். படியில் நின்றிருந்த ஒருவன் அவரைக் கைகொடுத்துத் தூக்கி உள்ளே ஏற்றிவிட்டான். அவருக்கு யாரோ எழுந்து உட்காரச் சொல்லி இடம் தந்தார்கள். சிறிது நேரத்தில் பேருந்து நிலையத் தின் உள்ளே புகுந்து பேருந்து நின்றது. அதிலிருந்து மெதுவாக இறங்கித் தோளில் நழுவிய பையை இழுத்து விட்டபடி நின்றார். பேருந்து நிலையம் பரபரப்பாகவும் இரைச்சலாகவும் இயங்கிக்கொண்டிருந்தது. ஆட்களை அடைத்துக்கொண்டு தொடர்ந்து கிளம்பிக்கொண்டிருந்த பேருந்துகள் பதற்றத்தை அளித்தன. சுற்றிலும் மனிதர்களும் மிக அவசரமாக நடந்து சென்றுகொண்டிருந்தார்கள். எல்லாவற்றுக்குமிடையில் புகுந்து ஆட்டோக்கள் வலம் வந்துகொண்டிருந்தன. அவரைப் போலவே பலர் தனியாக நின்றிருந்தார்கள். அவருக்குத் திகைப்பாக இருந்தது. எந்தப் பேருந்தில் ஏறி வீட்டுக்குச் செல்வது என்று புரியவில்லை. அவர் ஊரின் வழியாக ஓரிருமுறை மட்டும் போகும் பேருந்து எந்த நேரங்களில் வரும் என்பதும் நினைவி லிருந்து அழிந்திருந்தது. எங்கு நின்று ஏறிச் செல்வது என்பதும் மறந்துபோயிருந்தது. யாரைக் கேட்டால் சரியான வழி சொல்வார்கள் என்ற குழப்பம் பெருகியது. தெரிந்த முகம் ஏதாவது தட்டுப்படுகிறதா என்று கண்ணாடிச் சில்லுகளின் வழியே துழாவிப் பார்த்தார். அக்கூட்டத்தில் ஒருவரையும் அடையாளம் காண இயலவில்லை. நெரிசலில் இடிபட்டுப் பழையபடி கீழே மயங்கிச் சரிவோமோ என்ற பீதி மேலோங் கியது. அவர் பேருந்து நிலையத்தின் நடுவில் சுற்றும்முற்றும் பார்த்தபடி நின்றிருந்தார். அவரைச் சுற்றிலும் பேருந்துகள் ஓய்வின்றிக் குறுக்கும் நெடுக்குமாகப் போய் வந்துகொண்டிருந்தன.

●

ஒற்றை முள்ளின் சுழற்சி

நான் நீண்ட வரிசையில் கடைசி ஆளாகக் காத்திருந்தேன். என் முறை வருவதற்குள் நேரம் முடிவில்லாமல் வளர்ந்துகொண்டிருந்ததாகத் தோன்றியது. அதிலிருந்து நான் கற்பனையான பாத்திரம்போல் மறைந்துவிட விரும்பினேன். என்னை உறுத்துகின்ற பரிசுகளையும் பாராட்டுக் களையும் அதனால் நிராகரித்து விடலாம். ஆனால் புதிய அணைக்கட்டின் மலைப் பாம்பைப் போன்றிருந்த பிரம்மாண்டமான சுவர்களால் முப்புறமும் சூழப்பட்டிருந்தேன். மற்றொரு பக்கம் ஆற்றோடு சேர்ந்த காலி இடம் கண்ணுக்கெட்டிய தூரம்வரை விரிந்திருந்தது. எங்கள் பகுதிக்குரிய பழுப்பு நிற மண்ணும் மணலும் கலந்த பூமியின் மீது வெய்யில் பட்டுக் கண் கூசியது. காற்று அவ்வப்போது பேயைப் போல் ஊளையிட்டு வீசிக்கொண்டிருந்தது. வரிசையாக மதகுகள் வெற்று வாய்களைத் திறந்திருந்தன. நான் அணைக்கட்டின் உயர்ந்த கண்காணிப்புக் கோபுரத்தை மறுபடியும் அண்ணாந்து பார்த்தேன். அது பாதுகாப்பாக பிளாஸ்டிக் தாளால் இழுத்து மூடப்பட்டிருந்தது. மேலே பெரும் கூரையைப் போல் கவிழ்ந்திருந்த வானில் வெண் மேகங்கள் மிதந்துகொண்டிருந்தன.

O

முதலில் நாங்கள் அணை கட்டப்படுவதைக் கடுமையாக எதிர்த்தோம். எங்கள் பகுதியில் அணை வரப்போவதைக் கேள்விப்பட்டு வதந்தி

என்றுதான் நினைத்தோம். காரணம் ஊரை ஒட்டியுள்ள ஆற்றில் வெள்ளம் கரைபுரண்டு சென்ற காட்சி இளமைக் கால ஞாபகமாக மட்டும் எஞ்சியிருந்தது. மேற்புறம் கன மழை பெய்த காலங்களில் மண் நிறத்தில் சில நாட்கள் நீர் ஓடியதைக் கண்டிருந்தோம். மற்றபடி அதில் தோல் தொழிற் சாலைகளின் இரத்தச் சிவப்பான கழிவுநீர் தான் சிற்றோடை போல் வற்றாமல் ஓடிக்கொண்டிருந்தது. கொஞ்ச காலம் கழித்து அணை அமையவுள்ள இடமாக நகரின் சில பகுதி களைச் சொன்னார்கள். வழக்கமாக சர்க்கஸ் நடக்கும் மைதானம், புறநகர்ப் பகுதி, பழைய பேருந்து நிலையம் என ஒவ்வொரு இடமாக மாற்றிச் சொன்னது வேடிக்கையாக வும் வினோதமாகவும் இருந்தது. திடீரென்று ஒரு நாள் மாவட்ட ஆட்சியர் ஆற்றோரம் ஆய்வுசெய்துவிட்டுச் சென்றதைச் செய்தித் தாளில் வாசித்தபோதுதான் உண்மை புலப்பட்டது. உடனே நகரில் பலவிதப் போராட்டங்கள் வெடித்தன. நானும் சில துண்டறிக்கைகளை எழுதி வெளியிட்டேன். சிலரோடு சேர்ந்து வறண்ட ஆற்றின் நடுவில் நடத்திய ஒரு வீதி நாடகத்தில் ஒட்டகத்தில் குலுங்கிச் செல்லும் காட்சியை பார்வையாளர்கள் கைத்தட்டி ரசித்தார்கள். அது மறுநாள் பத்திரிகைகளில் செய்தியாகக்கூட வெளியானது. ஆயுதப் போராட்டங்களையே மதிக்காத அரசுக்கு இது ஒரு பொருட்டல்லதான். எதிர்க்கட்சிக்காரரர்கள் கடையடைப்பு களையும் உண்ணாவிரதங்களையும் தீவிரமாக மேற்கொண் டார்கள். அந்தப் போராட்டங்களால் அணை கட்டும் திட்டத்தை ஆட்சியாளர்கள் கைவிட்டு விடுவார்களென்று நினைத்தோம். ஆனால் எதிர்ப்புகளெல்லாம் குறைந்ததும் அரசு இடங்களை கையகப்படுத்தத் தொடங்கியது. நாங்கள் நாடகம் போட்ட அதே இடத்தைச் சுற்றிப் புறநகரின் அருகே ஆறு வளைந்தோடும் பகுதியிலும் பாலத்தைக் கடந்து முப்புறமாகப் பாதைகள் சந்திக்கும் வளைவிலும் கறுப்பும் மஞ்சளும் பூசிய கான்க்ரீட் கற்களை வரிசையாக நட்டார்கள். அவற்றைப் பிடுங்கியெறியும் போராட்டமும் வெற்றிகரமாக நடந்தது. சிறிது காலம் கழித்து மக்கள் ஓய்ந்ததும் காவல் படையின் துணையோடு ராட்சத இயந்திரங்கள் உள்ளே புகுந்தன. அவற்றைத் தடுத்த சிலரைக் கைதுசெய்து பல பிரிவுகளில் வழக்குகளையும் போட்டார்கள்.

பிறகு வகை வகையான பெரும் இயந்திரங்கள் இயங்கியதை எங்களால் வேடிக்கை பார்க்கத்தான் முடிந்தது. செங்கற்கள் அறுத்துச் சிறிய சூளைகளைப் போடுவதில் ஈடுபட்டிருந்த சிலருடைய குடிசைகள் ஆற்றங்கரையை ஒட்டியிருந்தன. மலைப் பகுதியில் நிரந்தரமான இடம் தருவதாக ஆசைகாட்டி அவற்றை இரவோடிரவாகப் பிரிக்கவைத்தார்கள். சில

பணக்காரர்களின் பளிங்குச் சமாதிகளிருந்த கரையை ஒட்டி யிருந்த சுடுகாட்டையும் நிரவிச் சீர்படுத்தினார்கள். அதனால் மண்ணுக்கடியிலிருந்த மட்கிய உடல்கள் நீரில் மூழ்க மௌன மாகக் காத்திருந்தன. ஓரத்தில் ஒரு மயானக்கூரைத்தளம் மட்டும் எப்படியோ தப்பித்துக்கொண்டது. அது அரசாங்கக் கணக்கில் கட்டப்பட்டது என்பதால் இருக்கலாம். அல்லது மக்களின் உணர்வுகளுக்கு மரியாதை அளிக்கப்பட்டிருக்கிறது என்கிற எண்ணத்தை ஏற்படுத்துவதற்காகவும் இருக்கலாம். அதை உபயோகப்படுத்தப் பிணத்தைத் தூக்கிக்கொண்டு அணைக்கட்டுச் சுவரின் படிகளில் ஏறி உள்ளே வரவேண்டும். இல்லாவிட்டால் ஆற்றில் சுற்றிக் கொண்டும் நுழையலாம். பெரும்பாலும் அணை வறண்டு கிடக்கப்போவதால் இனி மேலும் சுடுகாடு பயன்பட்டுக்கொண்டுதான் இருக்கும் என்று நம்புகிறேன். முன்பு நாலு வழிகளும் சந்தித்த இடத்தில் பல தலைமுறைகளாக வாரச் சந்தை கூடிக்கொண்டிருந்தது. அதுவும் அருகிலுள்ள சாலையோரமாகச் சுருங்கிப் பிறகு இல்லாம லாயிற்று. நிலங்களையும் வீடுகளையும் இழந்தவர்களுக்கு மிகக்குறைந்த இழப்பீட்டை அரசே நிர்ணயித்தது.

அணை கட்டும் பணிகள் இரவும் பகலுமாக நடந்தன. அதைக் குடும்பம் சகிதமாக வேற்றூர்களிலிருந்தும் ஜனங்கள் வேடிக்கை பார்க்க வந்தார்கள். காட்டு விலங்குகளைப் போன்ற பெரும் இயந்திரங்கள் ஓய்வின்றி வேலை செய்தன. கனமான கருங்கற்களை இயந்திரங்கள் தூக்கி அடுக்கத் தானியங்கிகள் கான்கிரிட் கலவையை ஊற்றச் சுவர்கள் வேகமாக வளர்ந்தன. பெரும்பாலும் மனித உழைப்பு இல்லாமல் எல்லா வேலைகளையும் இயந்திரங்கள் முழுமையாக நிறை வேற்றின. சொற்ப வேலையாட்களும் வெளி மாநிலங்களி லிருந்து வரவழைக்கப் பட்டிருந்தார்கள். அவர்களுடைய பேசாத தன்மையும் நேரங்கால மற்ற உழைப்பும் வெறும் வெங்காயமும் ரொட்டியும் மட்டும் உண்பதும் கேளிக்கையாக வும் சுவையான தகவல்களாகவும் இருந்தன. அணை கட்டி முடியப்போகும் நாட்களில்தான் உள்ளூர் ஆட்கள் கூலி வேலைகளுக்கு நியமிக்கப்பட்டார்கள். மற்றபடி கட்சி வேறு பாடின்றிச் சிலருக்குச் சில்லறை ஒப்பந்த வேலைகள் கிடைத் தன. வண்டிகளுக்கும் வாகனங்களுக்கும் அதிகமான கூலி கிடைத்தது. சில போராட்டக்காரர்களையும் ஆட்சியாளர்கள் பேசிச் சமாதானப்படுத்தினார்கள். அணை கட்டுவதற்குப் பொறுப்பாயிருந்தவர் பெண் மாவட்ட ஆட்சியர். அவர் பெண்ணியக் கவிதைகளை எழுதியும் மேடைகளில் பேசியும் வந்தார். சில வருடங்களுக்கு முன்பு இலக்கியக் கலந்துரை யாடல் கூட்டமொன்றில் அவரைப் பார்த்திருந்தேன். அவருடைய கவிதைகள் பெரும்பாலும் எளிமையான

விஷயங்களுடனிருப்பதால் நான் விரும்பிப் படிப்பதில்லை. நிறைய நலத் திட்டங்களை நேர்மையாக நிறைவேற்றியிருந்த தால் அவருக்கு அரசியல் தலைவர்களுக்குள்ள புகழ் கிடைத் திருந்தது. வேலை முடிவடைய சில வாரங்கள் இருந்தபோது அவரிடமிருந்துதான் எனக்கு அழைப்பு வந்தது.

என்னை அரசு அதிகாரி ஒருவர் அழைக்க வந்தபோது நான் ஒரு நிறுவனத்தின் சின்னத்தை வடிவமைப்பதற்காக கணினியில் மூழ்கியிருந்தேன். முதலில் எனக்கு ஒன்றும் புரிய வில்லை. அணைக்கட்டிலிருந்து மாவட்ட ஆட்சித் தலைவரான சுந்தரேஸ்வரி கையோடு கூட்டிவரச் சொன்னதாக வெளியில் நின்றிருந்த அரசாங்க வாகனத்தை அவர் காண்பித்தார். நான் கணினியை அணைத்துவிட்டுப் பழைய போராட்டங் களைப் பற்றி நினைத்துக்கொண்டு அவருடன் புறப்பட்டுச் சென்றேன். தலைநகரில் இருந்தவாறு இங்கு அணைக்கு அடிக்கல் நாட்டப் பட்டபோதுதான் நான் சிலரோடு முழக்கங் களை எழுதி எதிர்ப்பைக் காட்டுவதற்காக கடைசியாக வந்திருந்தேன். அதற்காக ஒரு நாள் முழுக்க எங்களை உள்ளூர் காவல் நிலையத்தில் உட்கார வைத்திருந்து சாம்பார் சாத பொட்டலங்களையும் தந்தார்கள். அப்போது அப்பெண் ஆட்சியர்தான் எங்கள்மீது வழக்குப் பதியாமல் விடுவிக்கச் சொன்னதாகக் காவல் துறையினர் எங்களை மாலையில் எச்சரித்து விடுவித்தார்கள். நான் அணைக்கட்டை நெருங்கிய போது அணை நன்றாக எழும்பிவிட்டிருந்ததைக் கண்டேன். ஆற்றை ஒட்டி மூன்று பக்கமும் பெரிய மதில் சுவர்கள் வளைத்து நின்றிருந்தன. அது எப்போதும் நீர் நிரம்ப முடியாதது போல் மிகப் பெரிதாக விரிந்திருந்தது.

சுந்தரேஸ்வரி நீர்ப் பிடிப்புப் பகுதியில் தற்காலிகமாக அமைக்கப்பட்ட கூடாரத்தில் அதிகாரிகளுடன் ஆலோசித்துக் கொண்டிருந்தார். அவர் எளிமையான உடையுடன் அமர்ந்து கோப்பு ஒன்றைப் படித்துக்கொண்டிருக்கச் சுற்றிலும் அதிகாரிகள் நின்றிருந்தார்கள். என்னை அழைத்துச் சென்றவர் நேரே ஆட்சியரிடம் சென்று என் பெயரைக் கூறினார். உடனே சுந்தரேஸ்வரி கை கூப்பி வணக்கம் சொன்னதும் நான் ஒரு கணம் தயங்கிப் பதில் வணக்கம் தெரிவித்தேன். அவர் என்னை உட்காரச் சொல்லவும் அதிகாரிகள் ஒரு நாற்காலியைத் தேடிப் பிடித்தார்கள். "உங்க கவிதைகளைப் பார்த்திருக்கேன், உங்களைப் பத்தியும் கேள்விப்பட்டிருக்கேன்" என்று கூறியவாறு ஒரு வரை படத்தைக் கோப்பிலிருந்து எடுத்து அதை என்னிடம் காட்டி "அணை உச்சியில் வைக்க நீங்க ஒரு நல்ல வடிவத்தை உண்டாக்கித் தரணும், அது மக்களுக்குப் பயன்படக் கூடியதாவும் இருக்கணும்" என்றார்.

நான் காகிதத்திலிருந்த கோபுர உருவத்தையும் அதைச் சுட்டிக் காட்டிக் கொண்டிருந்த விரலையும் பார்த்தேன். நான் என்ன செய்யலாமென்று வரைபடத்தைத் தொடர்ந்து பார்த்துக் கொண்டிருந்தேன். அவர் முன்பு எழுதிப் பத்திரிகைகளில் மிகவும் முக்கியத்துவத்தோடு வெளியிடப்பட்டிருந்த கவிதை களையும் நடுவில் ஞாபகப்படுத்திக்கொள்ள முயன்றேன். அவர் பழக்கத்தில் சேலைத் தலைப்பை இழுத்துவிட்டபடி "கோபுரத்தைப் போய்ப் பார்க்கலாம்" என்று எழுந்தார். நானும் அவர் பின்னால் வெளியில் வந்தேன். அதிகாரிகள் குழு சிறிது இடைவெளிவிட்டுப் பின்தொடர்ந்தது. எனக்குச் சட்டென்று அவர் எழுதிய கவிதை ஒன்று ஓரளவு ஞாபகம் வந்தது. 'வளர்ந்து கல்யாணமாகிக் குழந்தை பெற்ற பின்னால் குழந்தைக்குப் பாலூட்டுகிறபோது கொல்லத் தவறிய கள்ளிப்பாலின் சுவை இன்னும் நாவிலூறுகிறது' என்பது போன்ற அக்கவிதையின் வரிகள் நினைவில் ஓடின. நான் உடனே அவர் பக்கத்தில் சென்று அவற்றைத் தெளிவாகவும் நம்பிக்கையோடும் உச்சரித்தேன். "ரொம்ப நாளைக்கு முன்னால எழுதுனது. பரவாயில்ல ஞாபகம் வைச்சிருக்கீங்க" என்றார் சுந்தரேஸ்வரி புன்னகையுடன். அவருடன் மேலும் நெருங்கியது போல் உணர்ந்தேன். பழக்கத்தினாலோ அல்லது தேவையற்ற விஷயம் என்பதாலோ அதிகாரிகள் உணர்ச்சியற்ற முகங்களோடு இருந்தார்கள். நாங்கள் அணையின் நடுப் பகுதிக்கு வந்து அங்கிருந்து மேலே கோபுரத்தைப் பார்த்தோம். அது மாலைச் சூரிய ஒளியின் பொன்னிறப் பின்னணியில் எதனுடனும் தொடர்பற்றதுபோல் நின்றிருந்தது. என் படைப்பாற்றலைக் காட்டும் வாய்ப்புக் கிடைத்ததை நினைத்து மனம் கிளர்ந்தது. அதை அழிப்பதைப் போல் வேறு பல உணர்வுகள் குறுக்கிட்டன. அணை கட்டப்படுவதற்கு நான் துளியும் காரணமாக இருக்கக் கூடாது என்று நினைத்திருந்தேன். ஆனால் அது கட்டி முடிக்கப் பட்டுவிட்டதால் அதில் எதிர்ப்பையாவது பதிவு செய்து வைக்கத் தோன்றியது. இது எப்படி முடியும் என்பதை என்னால் கற்பனைசெய்து பார்க்க இயலவில்லை. நான் கோபுரத்தையே நிமிர்ந்து பார்த்தவாறு நின்றிருந்தேன். அதிகாரிகளின் உடல்கள் மெல்ல நெளியத் தொடங்கியது தெரிந்தது. சுந்தரேஸ்வரி அருகில் வந்து "சரி, போகலாம்" என்றார். அவர்கள் திரும்பி நடக்கத் தொடங்கியதும் நானும் எதையெதையோ எண்ணிய வாறு அவர்களுடன் நடந்தேன். "அணையை வேகமாக் கட்டி முடிக்கச் சொல்லியிருக்காங்க" என்று சுந்தரேஸ்வரி பொதுவாகச் சொன்னார்.

அன்றெல்லாம் எனக்குள் பல வகை வடிவங்கள் தோன்றின. பழங்குடிகளின் ஈட்டி, கேடயம், உலர்ந்து போன

சிப்பி, பெரிதான ஒற்றை நீர்த்துளி போன்ற உருவங்கள் மனதில் எழுந்தன. அணைமீது உருவாக்கப்படுவது மிகவும் பொதுப்படையாக இருக்க வேண்டும் என்று விரும்பினேன். அது பயனையும் நம்பிக்கையையும் தரும். எங்களுடைய முடிவுறாத போராட்டத்தின் அடையாளமாகவும் விளங்க வேண்டும். மறுநாள் எதையும் யோசிக்க முடியாதவாறு வேலை அழுத்தியது. அதற்கும் மறுநாள் நான் அலுவலகம் போகாமல் நேராக அணைக்கட்டுப் பகுதிக்கு வந்தேன். உள்ளே வழக்கம் போல் பல வகையான அரசாங்க வாகனங்கள் வேகமாகப் போய்வந்து கொண்டிருந்தன. நான் ஏற்கெனவே சந்தித்திருந்த சில அதிகாரிகள் என்னை வணங்கினார்கள். நான் இன்னும் வழியுண்டாக்கப்படாத கோபுரத்தை நிமிர்ந்து பார்த்தேன். அது என்னை அருகில் அழைத்ததைப் போலிருந்தது. சற்றுத் தொலைவில் மதிலையொட்டிச் சிறிய தளம் அமைப்பதற்காகக் கட்டப்பட்டிருந்த சாரத்தில் வரிசையாக ஆட்கள் நின்று பயமில்லாமல் வேலை செய்துகொண்டிருந்தார்கள். நானும் ஆர்வத்துடன் கோபுரத்தின் படிக்கட்டுகளைக் கட்டுவதற்காக அமைக்கப்பட்டிருந்த சாரத்தின் வழியாக ஏற முயன்றேன். ஆரம்பத்தில் சுவாரசியமாயிருந்தாலும் நடுப்பகுதியில் மரக் கட்டைகள் முணகி அசைந்தன. என்னைக் கீழே தள்ளுவது போல் காற்று பலமாக அடித்துக்கொண்டிருந்தது. நான் தடுமாறி மேலே சென்று கோபுரத்தின் அடியை அடைந்தேன். அந்தச் சிறிய கோபுரம் நீலநிறப் பின்னணியில் எதையோ எதிர்பார்த்துக் காத்திருப்பதுபோல் நின்றிருந்தது. கீழே பார்த்த போது ஓய்வெடுத்துக்கொண்டிருந்த ஓர் இயந்திரம் சிறிதாகி விட்டதைப் போல் தோன்றியது. பக்கத்திலிருந்த சாரத்தில் வேலையாட்களின் உருவங்கள் தெளிவாகப் புலப்பட்டன. அவர்கள் ஒரே உடலின் பாகங்களைப் போல் ஒத்திசைவுடன் வேலை செய்துகொண்டிருந்தார்கள். சிமிட்டிக் கலவை நிரம்பிய இரும்புத் தட்டுகள் கீழிருந்து மேலாகக் கைகள் மாறி விரைந்து கொண்டிருந்தன. மீண்டும் காலி தட்டுகள் தவ்விக் கீழே பறந்து வந்து சேர்ந்தன. தொடர்ந்து அதை ரசித்துக்கொண் டிருக்கலாம் போலிருந்தது. காற்று மேலும் விசையோடு வீசியது. நான் கோபுரத்தை மறந்து கைப்பிடியைப் பற்றியபடி பார்த்தவா றிருந்தேன். என் கண்களை வேறெங்கும் நகர்த்த முடியவில்லை. பெண்களும் ஆண்களும் ஓயாமல் சிரித்துப் பேசிக்கொண் டிருந்தார்கள். அவர்களுடைய கொண்டாட்டமான உழைப்பில் லாமல் இயந்திரங்களால் அணை கட்டியது மனித விரோதச் செயல் என்று தோன்றியது. மாலையானதும் நிழல்களைப் போல் உருவங்கள் மங்கத் தொடங்கின. ஒவ்வொருவாராக மேலிருந்து இறங்கத் தொடங்கினார்கள். கீழே வந்து கை கால்களையும் உபகரணங்களையும் தேய்த்துக் கழுவினார்கள்.

அப்போதுதான் அது நடந்தது. திடீரென்று சாரத்தின் உச்சியில் கடைசியாயிருந்த ஒரு பெண் சித்தாள் கூந்தலும் இடையும் சிறகுகளைப் போல் பறக்கக் கீழே விழுந்ததைக் கண்டேன். அப்போது நான் குரலெடுத்துக் கத்தியது யாருக்கும் கேட்டிருக்காது. அப்பெண் சற்று நேரம் சருகைப் போல் காற்றில் மிதந்து கொண்டிருந்தபிறகு தரையில் மோதி உடைந்த சத்தம் தெளிவாக எழுந்தது. கீழிருந்தவர்கள் பெருங் கூச்சலிட்டார்கள். நான் பீதியுடன் அவசரமாகச் சாரத்தில் இறங்கத்தொடங்கினேன். அது மேலும் அசைய நானும் கீழே விழுந்து விடுவேன் என்று நம்பினேன். ஓரிடத்தில் கால் தடுமாறி நான் அலறினேன். அப்படியே சாரத்தில் அமர்ந்து எனக்கு மரணம் நேர்ந்தாலும் அதை ஏற்றுக்கொள்ள நினைத்தேன். பிறகு எழுந்து மெல்ல இறங்கத்தொடங்கினேன். கீழே அந்தப் பெண்ணைச் சுற்றி அனைவரும் வட்டமாகக் கூடியிருந்தார்கள். சிறிது நேரத்தில் அங்கிருந்து ஒரு கார் சிவப்புத் தலை விளக்கு சுழல வீறிட்டபடி புறப்பட்டுச் சென்றது. நான் இறங்கியதும் கூட்டமாயிருந்த இடத்திற்கு ஓடினேன். அங்கிருந்தவர்களின் தலைகளுக்கு ஊடாகப் பார்த்தபோது உடலிருந்த இடத்தில் கருஞ்சிவப்பான இரத்தம் மட்டும் படர்ந்திருந்தது. அவள் இறந்துவிட்டதாகவும் உயிர் ஒட்டியிருந்த தாகவும் சுற்றியிருந்தவர்கள் வெவ்வேறு விதமாகச் சொல்லிக் கொண்டிருந்தார்கள். அந்த இடம் சுடுகாட்டுப் பகுதியாதலால் அவளை அங்கு அலையும் ஓர் ஆவி அடித்துவிட்டதாக ஒருவர் கூறினார். அவள் மேலிருந்து தவறி விழுந்திருப்பா ளென்றும் அணை எழுவதைத் தடுக்க ஏற்பட்ட கெட்ட சகுனமென்றும் மற்றொருவர் சொன்னார். அவள் மனம் பேதலித்துக் குதித்துத் தற்கொலை செய்துகொண்டிருக்கலாம் என்றார் இன்னொருவர். அங்கு ஆழ்ந்த அமைதி நிலவத் தொடங்கியது. அதிகாரிகள் அனைவரையும் கலைந்து போகச் சொன்னார்கள். நான் திரும்பிப் பார்க்கையில் சக்தி வாய்ந்த விளக்குகள் எரிந்து கொண்டிருந்த அந்த இடத்தில் வெறும் இருட்டு சூழ்ந்திருந்தது.

மறுநாள் நான் சற்றுத் தாமதமாகச் சென்றபோது அணைக்கட்டுப் பகுதி எவ்வித மாற்றமுமில்லாமலிருந்தது. அந்தப் பெண் மேலிருந்து கீழே விழுந்ததற்கான எந்த அடையாளமுமில்லை. இரத்தம் சிந்திய இடத்தை நான் தேடியபோது எங்கும் மண்தான் பரவியிருந்தது. எதுவுமே நடக்காததுபோல் எல்லோரும் நடமாடிக்கொண்டிருந்தார்கள். நான் ஒரு பெண்ணை நிறுத்தி விசாரித்தேன். அவள் தனக்கு எதுவும் தெரியாது என்றாள். அங்கு வந்த ஒரு கண்காணிப் பாளர் “அலுவலர்கள் பார்த்துக்கொள்வார்கள். நீங்கள் கவலைப் படாதீர்கள்” என்றார். அச்சம்பவம் நடந்ததாவென்று சந்தேகம்

தோன்ற அணைக்குள் நடந்தேன். தொடர்ந்து மணல் அள்ளி விற்கப்பட்டுவிட்டதால் ஆற்றுப் படுகை கட்டாந்தரையாகக் காட்சியளித்தது. அங்கங்கே கடைசி கட்ட வேலைகள் நடந்து கொண்டிருந்தன. ஒரு மண் அள்ளும் இயந்திரம் கம்பீரமாகச் சுற்றிவந்தது. அதன் கை யானையினுடையதைப் போல் வளைந்து நெளிந்து கொண்டிருந்தது. அது அணையின் நடுவிலிருந்த மண் திட்டைச் சீராக்கியபோது கீழே உலோகத்தாலான சில சிலைகள் வெளிப்பட்டுப் பளபளத்தன. உடனே கட்டு மானப் பொறியாளர்களும் அதிகாரிகளும் அவ்விடத்திற்கு வந்து சேர்ந்தார்கள். வேலையாட்கள் மேலும் தோண்டி உள்ளேயிருந்தவற்றை மேலே எடுத்துவைத்தார்கள். ஒற்றைக் காலைத் தூக்கி ஆடும் சிவனும் கையில் தாமரை மொட்டை ஏந்தி ஒசிந்து நின்றிருக்கும் பார்வதியும் கால்களை மடக்கி அமர்ந்திருக்கும் நந்தியும் மண் படிந்து அங்கங்கே வெயில் பட்டு மின்னினார்கள். அவற்றை மேலெடுத்தபோது அதிகாரி களும் மற்றவர்களும் கன்னத்தில் படபடவென்று போட்டுக் கொண்டார்கள். அங்கு தொடர்ந்து அகழ்ந்து பார்த்தபோது மூடிய மண்குடம் ஒன்று கிடைத்தது. உயர் அதிகாரி ஒருவர் அதைத் திறந்தார். நடுவில் ஓட்டைகளுடன் துருவேறிய உலோக நாணயங்கள் உள்ளே நிறைந்திருந்தன. மேலும் கொஞ்சம் ஆழம் தோண்டிப் பார்த்துவிட்டு நிறுத்திக்கொண்டார்கள். கடவுள் சிலைகளை இடித்துத் தெய்வக் குற்றம் செய்துவிட்ட தாகப் புலம்பியவாறு இயந்திர ஓட்டுநர் கை கட்டி அழுது கொண்டிருந்தார். பிறகு மற்ற வேலையாட்கள் கூறியபடி தலையிறங்கக் குளித்தார். அவர் ஈர ஆடைகளுடன் அச்சிலை களை வரிசையாக வைத்து யாரோ வாங்கித் தந்த கற்பூரத்தை ஏற்றி நெடுஞ்சாண் கிடையாகத் தரையில் விழுந்து வணங்கினார். தொடர்ந்து அதிகாரிகளும் வேலையாட்களும் கையெடுத்து வணங்கினார்கள்.

நடுங்கியபடியிருந்த வயதான பெண் சித்தாள் ஒருத்தி கடைசியாக வணங்கி எழுந்ததும் சன்னதம் வந்து உடலை முறுக்கிக் கைகளைத் தூக்கியபடி முன்னும் பின்னுமாக ஆடத் தொடங்கினாள். கொத்தனார்களில் மூத்தவரும் தலைமையான வருமான ஒருவர் அவள் முன்னால் வந்து தலைப்பாகையை அவிழ்த்துக் கைகளைக் கட்டிக்கொண்டு "அம்மா, தாயே நீ யாரும்மா? எங்கிருந்து வர்ற?" என்றார். அவள் பற்களைக் கடித்து உறுமியவாறு "டே, நா மாரியாயிடா . . . நா ரொம்ப காலமா இங்கியே வாழறவடா . . ." என்றாள். "அம்மா, அம்மா" என்ற குரல்கள் பயத்துடன் சுற்றிலும் எழுந்தன. பெரிய கொத்தனார் இன்னும் குனிந்து "அம்மா மாரியாயி, நீ வந்த காரியமென்ன? உனக்கு நாங்க செய்த குத்தம் என்ன?"

என்றார். அவள் கூந்தல் அவிழ்ந்து தோளில் புரள "பாதாள லோகத்தில நிம்மதியா உறங்கிக் கிடந்த என்ன ஏன் வெளியே எடுத்தீங்க? பெரு நாசம் பண்ணப் போறேன்" என்றாள். அனைவரும் ஒருமித்த குரலில் "அம்மா மன்னிப்பு கேட்டுக்க றோம், அப்படில்லாம் செய்ய வேணாம். உன் குடி படைங்க நாங்க. என்ன பரிகாரம் வேணும் சொல்லு" என்றார்கள். "ம்ம்ம், எனக்குக் கிடா வெட்டிப் பொங்கலு வையுங்க. இங்கியே எனக்குக் கோயிலு கட்டி வருசா வருசம் கொடை கொடுங்க. அப்பத்தான் என் ஆத்மா சாந்தியடையும்" என்றாள். அவள் குரல் அமானுடத் தொனியுடன் தூரத்திலிருந்து ஒலிப்பது போல் கேட்டது. "சரி, அப்பிடியே செய்துடறோம், யாருக்கும் எந்தக் கெடுதியும் விளைவிக்க வேணாம்" என்றார் கொத்தனார். மூத்த அதிகாரியின் முகத்தில் திருப்தியின்மை தெரிந்தது. எரியும் கற்பூரத்தை வாயிலிட்டு விழுங்கித் தண்ணீர் குடித்து விட்டு அவள் தளர்ந்து உட்கார்ந்தாள். அப்போது அவள் மிகவும் சாதாரணப் பெண்ணைப் போலிருந்தாள். ஓர் இளம் பொறியாளன் "இது மனப்பிறழ்வு நோய்" என்று முணுமுணுத்தது தெளிவாகக் கேட்டது. வேலையாட்கள் யாரும் அதைப் பொருட் படுத்தவில்லை. ஏனெனில் அவர்களுக்கு உண்மையா பொய்யா என்கிற கேள்விகளில்லை. எனக்கு அணை நிரம்பவே போவ தில்லை என்ற உண்மை சாமியாடியவளின் சொற்களிலிருந்து தெரிந்தது.

கணினியில் பதிவிறக்கம் செய்து மறந்திருந்த ஓவிய சேகரிப்பு ஒன்றை மறுநாள் தேடியெடுத்தேன். எண்ணற்ற ஓவியங்களைத் தொடர்ந்து பார்த்துக்கொண்டிருந்தேன். உருகிய கடிகாரங்கள், கரையொதுங்கிய படகுகள், சிதைந்த மனித உருவங்கள், உழைப்பாளியின் காலணிகள் என எல்லாமும் எனக்குள் ஆழமாகப் பதிந்தன. நீண்ட நேரமானதும் நான் அணையை நோக்கிப் புறப்பட்டேன். உள்ளே முகாமில் மாவட்ட ஆட்சித் தலைவர் அதிகாரிகளுடன் அமர்ந்திருந்தது தெரிந்தது. நான் அவரைச் சந்திப்பதைத் தவிர்த்துப் புதிய படிகளில் ஏறிக் கோபுரத்தை அடைந்தேன். காற்று வீசுவது அணைக்கட்டு உயிர் பெற்று மூச்சு விடுவதைப் போல் கேட்டது. பரந்த வானத்தில் கோபுரம் சிறிதாகத் தோன்றியது. மிகப் பெரிதாக விரிந்திருக்கும் இடத்தின் நடுவில் நான் சிறுத்துப் புள்ளியாக உணர்ந்தேன். கீழே பார்த்தபோது ஆற்றைச் சிறைவைத்ததைப் போலிருந்த சுவர்கள் கண்ணில் பட்டன. அங்கங்கே கொத்தனார்கள் சுவர்களில் சிரத்தையாக எதையோ செய்துகொண்டிருந்தார்கள். எனக்கு அருகாமையில் தொங்கிக் கொண்டிருந்த பலகையின் மேல் ஒரு கொத்தனார் அமர்ந் திருந்தார். அவர் புனைந்து கொண்டிருந்த வடிவம் மெதுவாகத்

துலங்கி வந்தது. அது நீரில்லாமல் வெட்ட வெளியிலிருக்கும் இரு மீன்களின் வடிவம் என்பதைக் கண்டு வியந்தேன். நான் மீண்டும் படிகளில் இறங்கிக் கொத்தனார்கள் வேலை செய்து கொண்டிருந்த ஒவ்வொரு இடத்துக்கும் சென்றேன். அணையின் கீழ்ப்பகுதியில் ஓரிடத்தில் கொத்தனார் நங்கூரத்தை மட்டும் வடித்துக்கொண்டிருந்தார். அதை சிறிது நேரம் பார்த்துக் கொண்டிருந்துவிட்டு வேறு இடத்திற்கு நகர்ந்தேன். மற்றொருவர் காட்டெருதை எதிர் நின்று கொல்லும் பழங்குடி மனிதனைச் சித்திரித்துக்கொண்டிருந்தார். இன்னொரு இடத்தில் பாறை ஓவியங்களில் உள்ளதுபோல் பல குறியீடுகளைக் கீறிக்கொண் டிருந்தார் ஒருவர். அதில் கோடுகளாலான சூரியன், உடுக்கை, போர்வீரன், மான், எருது போன்ற உருவங்கள் தெரிந்தன. நான் ஆவலுடன் இன்னொரு பகுதிக்குச் சென்றபோது அங்கு வளைந்த நாணல்கள் உருவாகிக்கொண்டிருந்தன. மேலே சுவரில் பெரிய இறக்கைகளை விரித்துக் கழுகு நிலைத்துப் பறந்துகொண்டிருந்தது. நடுவில் வெறும் அலங்கார வேலைப் பாடுகளை உண்டாக்கிக்கொண்டிருந்தார் இன்னொரு கொத்தனார். தரையில் கல்லில் அடுக்கடுக்கான மனித உடல்களை எளிமையான வரைகோடுகளாக வடித்துக் கொண்டிருந்தார் ஒருவர். சுவரின் அடிப்பகுதியில் வரிசை யாகச் சிலருடைய சுருக்கப் பெயர்களை பொறித்துக்கொண் டிருந்தார் மற்றொருவர். நான் அவரை நெருங்கி அவை யெல்லாம் யாருடைய பெயர்கள் என்று கேட்டேன். அந்த அணையெழும்புவதற்காக நிலங்களையிழந்த சில விவசாயி களின் பெயர்களே அவை என்றார். இந்த படிப்பறிவற்ற கலைஞர்கள் நான் கணிணியில் கண்ட பெரும் ஓவியர்களுக்குச் சமமானவர்கள். இவர்களின் ஆழ்மனங்கள் இயல்பாக வெளிப் படுகின்றன என்று நினைத்துக்கொண்டேன். நான் படிகளிலேறி மீண்டும் மேலே சென்றேன். கீழே அனைவரும் அணைக்கெதி ரான செயல்களில் ஒற்றுமையாக ஈடுபட்டிருந்ததாகத் தோன்றியது. அவற்றையெல்லாம் கடந்து பார்த்துக்கொண் டிருக்கிற சக்தியாகக் கோபுரம் உயர்ந்திருந்தது. நான் அங்கிருந்தால் கைக்குக் கிடைக்கும் பொருளால் அணையைச் சிதைக்கத் தொடங்கிவிடுவேன் என்கிற பயம் உண்டாயிற்று. நான் யாரோ துரத்துவதுபோல் வேகமாக இறங்கினேன்.

கீழே ஆட்சியர் கையிலுள்ள தாளைக் காண்பித்துப் பெரிய கொத்தனாரிடம் ஏதோ சொல்லிக்கொண்டிருந்தார். நான் அமைதியடைந்து அங்குச் சென்று அவருக்கு வணக்கம் தெரிவித்தேன். அவரும் பதில் வணக்கம் சொல்லிவிட்டுக் கொத்தனாரிடம் பேச்சைத் தொடர்ந்தார். புகழ்பெற்ற பழம் பாடலின் வரிகளைக் கல்லில் எழுதிச் சுவரில் பதிப்பதைப்

பற்றிய விஷயமென்று அறிந்துகொண்டேன். நான் குறுக்கிட்டு, அதைப் பழைய வரி வடிவத்தில் அமைக்கலாம் என்றேன். அவர் புன்னகையுடன் தலையாட்டிவிட்டு நடந்தார். நாங்கள் முகாமுக்குள் சென்று அமர்ந்ததும் "என்னன்னு முடிவு பண்ணியாச்சா?" என்றார். நான் மேசையின் மேலிருந்த படபடத்த காகிதத்தைச் சிறிது நேரம் பார்த்தேன். பின் அதன் வெள்ளைப் பரப்பில் பென்சிலால் கோடுகளை இழுத்தேன். என் விரல்கள் வேகமாகச் செயல்பட்டுக்கொண்டிருந்தன. கணிணி உதவ முடியாத நிலையில் எனக்குத் தெரிந்தவாறு தோராயமான வடிவத்தை உருவாக்கினேன். அதை முழுவது மாக வரைந்து முடித்து அடியில் குறிப்புகளை எழுதினேன். அதற்குப் பிறகும் பார்த்துக்கொண்டிருந்த சுந்தரேஸ்வரி "நல்லாயிருக்கு" என்றார். அந்தக் காகிதத்தை ஓர் அதிகாரியிடம் கொடுத்தார். நான் மௌனமாகத் திரும்பி நடந்தேன். அடுத்த நாளும் அதற்குப் பிறகு பல நாட்களும் நான் குழம்பிய மன நிலையோடு அணைப் பக்கமாகச் செல்லாமலிருந்தேன். அந்த வடிவம் எப்படி உருவாகிறதென்று காணும் விருப்பமும் இல்லை. எப்போதாவது எழுந்த ஆவலைக் கட்டுப்படுத்திக் கொண்டேன். பிறகொரு நாள் அரசாங்க இலச்சினையோடு கூடிய கடிதமொன்று வந்தது. 'தங்கள் பணி மெச்சத் தகுந்தது. அணை அமைய ஒத்துழைத்தற்கு நன்றி. குறிப்பிட்ட தேதியில் நேரத்தில் தாங்கள் வந்திருந்து பரிசுத் தொகையையும் பட்டயத்தையும் பெற்றுச் செல்லவும். விரைவில் ஆட்சியாளர் களால் அணை முறையாகத் திறந்து வைக்கப்படும்' என்று அது தெரிவித்தது. என்னுடைய பங்கு வெளிப்படையாக தெரிந்துவிட்டதை அறிந்தேன். எனவே இதிலிருந்து நான் தப்பிக்க முடியாது.

கடிதத்தில் குறிப்பிடப்பட்ட நாளன்று மாலையில் நான் அணைக்கட்டைச் சென்றடைந்தேன். எதிரிலிருந்த அலுவலக அறைக்குள் அதிகாரிகளும் ஆட்சியரும் அமர்ந்திருந்தார்கள். கடவுள் சிலைகளை அகழ்ந்தெடுத்த இடத்தில் அமைக்கப் பட்டிருந்த குட்டையான கோயிலுக்கு நான் நேராகச் சென்றேன். உள்ளே பூச்சரங்கள் அணிவிக்கப்பட்டிருந்த சிலைகளின் முன்னால் விளக்குச் சுடர் காற்றில் அசையாது எரிந்துகொண்டிருந்தது. அங்கிருந்த கொத்தானார்களிடம் அவர்கள் படைத்த உருவங்களைப் பற்றிய விளக்கங்களைக் கேட்டேன். தாங்கள் எப்போதும் மனதில் தோன்றியதையே செய்வதாகச் சொன்னார்கள். அந்த அணையில் தண்ணீர் தேங்குமா என்பதைப் பற்றித் தெரியாது என்றும் அது தங்கள் வேலையல்ல என்றும் சொன்னார் பெரிய கொத்தனார். அப்போது முகாமிலிருந்து அதிகாரிகள் வெளியில் வந்து

வரிசையில் ஒழுங்குடன் நின்றார்கள். சற்று நேரத்தில் உள்ளேயிருந்து சுந்தரேஸ்வரி தன் மகனென்று தோன்றிய சிறுவனோடு வெளியில் வந்தார். ஒவ்வொருவருக்கும் பரிசு உறையையும் சுருட்டிய பட்டயத்தையும் அளித்தார். பையன் ஆர்வத்தோடு அவரைப் பின்தொடர்ந்தான். புகைப்படக்காரர் வெளிச்சம் வீசப் பரிசளிப்பைப் பதிவு செய்துகொண்டிருந்தார். அது முடிந்ததும் எங்களிடம் வந்த மூத்த அதிகாரி வரிசையில் நிற்கச் சொன்னார். முதலில் என்னையும் அடுத்து மூத்த கொத்தனாரையும் பிறகு மற்றவர்களையும் நிற்குமாறு கூறினார். அவர் சென்றதும் நான் தயங்கியவாறு வரிசையின் கடைசியில் போய் நின்றேன். இறுதியிலிருந்த இளம் கொத்தனார் என்னைப் புரிந்துகொண்டதைப் போல் சிரித்தான். அதிகாரி களுக்குக் கொடுத்ததுபோல் எங்களுக்கும் பரிசுகளையும் பட்டயங்களையும் அளித்துக்கொண்டு வந்தார் சுந்தரேஸ்வரி.

o

நான் கோபுரத்தைப் பார்த்தபடி வரிசையில் தொடர்ந்து நின்றுகொண்டிருந்தேன். எனக்கு நீண்ட காலமாக அங்கு காத்திருந்ததைப் போல் தோன்றியது. கடைசியாக என்னுடைய முறை வந்துவிட்டது. மகன் ஒட்டிக்கொண்டு வர சுந்தரேஸ்வரி என்னை நெருங்கிப் புன்னகைத்தார். நினைவு பெற்றவர்போல் கோபுரத்தைப் பார்த்து "அதை ஏன் திறக்கல?" என்று அதிகாரி களிடம் கேட்டார். அந்தப் பிளாஸ்டிக் தாளை விலக்குமாறு ஓர் அதிகாரி வேலையாளிடம் சொன்னார். அவன் கோபுரத்தை நோக்கி வேகமாகச் சென்றான். மற்றவர்களெல்லாம் அந்த வடிவத்தை அமைக்கப்பட்டபோதே பார்த்துவிட்டிருப்பார்கள். நான் இன்னும் அதைக் காணாததால் ஆர்வத்தோடு நின்றிருந் தேன். என் கைகள் காகித உறையைப் பெற்றுக்கொண்டன. எனக்குப் பட்டயமும் அளிக்கப்பட்டது. வேலையாள் கோபுர அடியை அடைந்து சுற்றிக் கட்டியிருந்த கயிற்றை அவிழ்த்து இழுத்தான். மேலிருந்த பிளாஸ்டிக் தாள் நழுவிக் கீழே சரிந்து விழுந்தது. அக்கோபுரத்தின் மேல் உருவாக்கப்பட்டிருந்த சிமெண்ட் கலவையிலான பெரிய வட்டமான கடிகாரம் முழுமையாகப் புலப்பட்டது. இந்தக் கொத்தனார்கள்தாம் அதைப் பழங்காலத் தன்மையில் அழகிய விளிம்புகளுடன் சக்கரம்போல் செய்திருந்தார்கள். அது கல் சிற்பம்போல் சலனமில்லாமலிருந்தது. உள்ளே கால அளவுகள் பல ஆரக்கால் கோடுகளாக நுட்பமாகப் பகுக்கப்பட்டிருந்தன. நொடி, நிமிட முட்கள் இல்லாமல் ஒரு மெல்லிய உலோக முள் மட்டும் நிழலாக நீண்டு நேரத்தைக் காட்டிக்கொண்டிருந்தது. கவனமாகப் பார்த்தால்தான் அதன் மிக மெதுவான நகர்தல் தெரியும்.

●

அவரவருக்குச்
சொந்தமான நிலம்

அன்றும் வழக்கம்போல் நாராயணமூர்த்தி காலை வேளையில் நிலத்துக்குப் புறப்பட்டார். ஊரில் வசிப்பவர்களில் பலர் நகரத்துக்குக் குடி பெயர்ந்து போய்விட்டதால் வெறிச்சோடியிருந்த தெருக்களின் வழியாக நடந்தார். குட்டையான கோபுரத்தில் சுண்ணாம்புச் சிற்பங்கள் சிதைந்து மூளியாக நிற்கும் பழைய மாரியம்மன் கோயிலை யும் கடந்து ஆற்றை நெருங்கினார். நிறைய மரங்கள் வெட்டப்பட்ட கரை வெறுமையாக நீண்டிருந்தது. பழைய ஞாபகங்ளோடு ஆற்றில் முகத்தைக் குனிந்து பார்ப்பதுபோல் எஞ்சியிருந்த சில மரங்கள் கவிந்து நின்றிருந்தன. ஆழ்ந்த பெருமூச்சுடன் அவர் ஆற்றில் இறங்கினார். எங்கும் மணல் பரவியிருந்த ஆறு பெரிய பாலைவனமாகத் தோற்றமளித்தது. எண்ணற்ற காலடிகள் அதன் குறுக்காகப் பதிந்து உருவான தடத்தில் நடந்தார். தூரத்தில் நிழல் களைப் போல் சில உருவங்கள் முன்னால் சென்றுகொண்டிருந்தன. திறந்த வெளியில் வெயில் கண்கூச வீசியது. நெருப்பு மூட்டியதைப் போல் ஆறு சூடேறிக்கொண்டிருந்தது. வறண்ட ஆற்று மணலின் அடியில் கொஞ்சம்கூட ஈரம் இருக்காது எனத் தோன்றியது. வெண்மையான உடைந்த நத்தை ஓடுகளும் சிறிய சங்குகளும் எலும்புத் துணுக்குகளைப் போல் மணலில் கலந்திருந்தன. வண்ணார்கள் துணி துவைக்கத் தோண்டியிருந்த ஆளுயரப் பள்ளம் துவை கல்லோடு மணல் சரிந்து

மூடிக்கிடந்தது. அங்கங்கே முளைத்திருந்த பல வகையான செடிகளின் அடிப்பகுதிகள் கருகியிருந்தன. ஆற்றில் வழி முடிவற்றதாக நீண்டு கொண்டிருந்தது.

அவருக்குப் பின்னாலிருந்து வந்த மற்றொரு நிலத்துக் காரரான சேகர் "நிலத்துக்குப் போறீங்களா?" என்று கேட்டபடி விரைவாகக் கடந்து சென்றார். ஆற்றோரத்தில் சிறு ஓடை போல் தோல் தொழிற்சாலையின் இரத்தச் சிவப்பான கழிவுநீர் ஓடிக்கொண்டிருந்தது. அதிலிருந்து வயிற்றைப் புரட்டும் கடுமையான நெடி வீசியது. இருபுறமும் சாக்கடை போன்ற கருமையான சேறு படிந்திருந்தது. அதன் மேல் யாரோ வரிசையாகப் போட்டிருந்த கற்களின்மேல் கால்களை வைத்து அருவருப்போடு கடந்தார். மேலும் சிறிது தூரம் கால்கள் மணலில் புதைய நடந்து கரையை அடைந்தார். அங்கே கலக்கும் வற்றிய கானாற்றின் முட்புதர்கள் கவிந்த வழியாகச் சென்று நெடுஞ்சாலையில் ஏறினார். வேறு உலகத்திற்குள் நுழைந்துவிட்டதுபோல் மிகப் பெரிய சாலையில் எண்ணற்ற வாகனங்கள் பரபரப்புடன் இரைச்சலிட்டு ஓடிக்கொண் டிருந்தன. ஓரமாக வழிப்போக்கன் ஒருவன் நீண்ட ஊன்று கோலுடன் எங்கேயோ நடந்து சென்றுகொண்டிருந்தான். அவர் போக்குவரத்து இல்லாத நேரத்திற்குக் காத்திருந்து உள்ளூரப் பயத்துடன் சாலையைக் கடந்தார். அங்கிருந்து காண்கையில் அவருடைய கொல்லையில் வாடிய தென்னை மரங்கள் மிகவும் பசுமையாகத் தெரிந்தன.

அவர் எப்போதும்போல் கைக்கடிகாரத்தைத் திருப்பிப் பார்க்காமல் வானில் சூரியன் இருக்குமிடத்தை வைத்து நேரத்தை அனுமானித்தார். இப்பொழுதெல்லாம் அடிக்கடி உண்டாகிற சலிப்பால் இன்று படுக்கையிலிருந்து எழுவதற்குச் சற்று தாமதமாகிவிட்டது என்று நினைத்துக்கொண்டார். அவர் சாலையிலிருந்து கொல்லைக்கு இறங்குகையில் தென்னை ஓலைகள் வரவேற்பதைப் போல் காற்றில் ஆடின. முன்புறமுள்ள மோட்டார் கொட்டகையைத் திறந்து சாப்பாட்டுத் தூக்கை வைத்துவிட்டுத் தோப்பிற்குள் நுழைந்தார். நெடுங்காலமாகப் பழகிய மனிதர்களைப் போல் தென்னை மரங்கள் அவரை உற்றுப் பார்த்தவாறு நின்றிருந்தன. நிறைய ஓலைகள் பூச்சியரித்து உலர்ந்து சல்லடைகளைப் போலிருந்தாலும் கீழே நிழல் அரையிருட்டாகப் பரவியிருந்தது. அது மிகவும் அந்தரங்கமான தாகவும் பாதுகாப்பானதாகவும் தோன்றியது. எங்கும் கிட்டாத பேரமைதியை அவர் ஒரு கணம் அடைந்தார். நடு முதுகில் நெருப்பாக ஓடிய வேர்வை பனித் துளிகளைப் போல் குளிர்ந்து

சில்லிட்டது. அப்போது வேலியோரம் அடர்ந்திருந்த புதர்கள் அசைந்து சிறிய சலசலப்புச் சத்தம் கேட்டது. நீளமான பாம்பு ஒன்று வளைந்து வளைந்து நிலத்தின் எல்லையோரம் சென்று தரையிலிருந்து எழும்பி படம் விரித்து ஆடியது. அது எதையோ சொல்வதைப் போல் அவரைத் திரும்பிப் பார்த்தது. பிறகு நெளிந்து வேலியின் முட்புதர்களில் புகுந்து மறைந்தது. நிலத்துக்குக் காவலாக ஒரு பெரிய நல்ல பாம்பு இருப்பதாக அப்பா பலமுறை சொல்லியிருந்தார். நாராயண மூர்த்தி அதை முதன்முறையாக இப்போதுதான் பார்த்தார். அவர் உடல் சிலிர்த்து அதேயிடத்தில் சற்று நேரம் உறைந்து நின்றிருந்தார். பின்னர் தென்னை மரங்களில் சிறுத்துச் சூம்பி யிருந்த காய்கள் களவுபோய்விட்டனவா எனக் கவனித்துவிட்டு, கீழே விழுந்திருந்த சில மட்டைகளை இழுத்துச் சென்று பட்டியில் சேர்த்தார்.

மீண்டும் கொட்டகையருகில் வந்து பெரிய குகை போன்ற கிணற்றில் எட்டிப் பார்த்தார். மேலிருந்து தண்ணீர்க் குழாய் கிணற்றை ஆழமாக ஊடுருவிச் சென்றுகொண்டிருந்தது. உள்ளே சுற்றுச் சுவர்களின் வெடிப்புகளில் செடிகள் செழுமையாக வளர்ந்திருந்தன. ஒரு செடியில் தொங்கிக்கொண்டிருந்த தூக்கணாங் குருவிக் கூடு வெறுமையாகக் காற்றில் ஆடியது. கிணற்றினுள்ளே வெட்டப்பட்டிருந்த பாறைகளின் கூரிய விளிம்புகள் உலோகங்களைப் போல் கருமையாகப் பளபளத்தன. அடியாழத்தில் நீர் மேலேயுள்ள வெளிச்சத்தை லேசாகப் பிரதிபலித்துக்கொண்டிருந்தது. இரவெல்லாம் துளித்துளியாகத் தண்ணீர் சுரந்து அடிக்குழாயை மறைத்துத் தேங்கியிருந்தது. அவர் கொட்டகைக்குள் சென்று தண்ணீர் மோட்டாரைப் போட்டார். கிணற்று நீர் கீழேயிருந்து மெதுவாக ஏறி வந்தது. கரும்பாசி பற்றிய சிறிய தொட்டியில் வெண்நுரை பொங்கக் குதித்துக் கால்வாயில் புதுவெள்ளமெனத் ததும்பி ஓடியது. மண்வெட்டியைக் கையிலெடுத்துக்கொண்டு கால்வாயில் கால்களை நனைத்தபடி நடந்தார். கொல்லையின் தொடக்கத்திலுள்ள இரு வயல்களிலும் நெற்பயிர்கள் துவண்டு தலைசாய்ந்திருந்தன. இளம் பச்சையாக நெல் மணிகளில் பால் பிடிக்கத் தொடங்கியிருந்தன. அங்கங்கே களைகள் மட்டும் உயர்ந்து பசுமையாக அசைந்தன. நேற்றுப் போட்டிருந்த மடையை மாற்றி மற்றொரு வாய்க்கால் பக்கமாகத் திருப்பினார். அதில் நீர் மெதுவாக ஊர்ந்து பரவத் தொடங்கியது. அவருக்கு மிகவும் விருப்பமான மண்ணின் மணம் மேலே எழுந்தது. மண்வெட்டியை மடையின் மேல் வைத்துவிட்டுக் கொட்டகைக்குத் திரும்பினார்.

களத்து மேட்டின் ஓரத்திலிருந்த தந்தையின் காரை உதிர்ந்த சிறிய சமாதி அவருடைய கண்ணில் பட்டது. அதன் ஒற்றைக் கண்ணைப் போன்ற மாடக் குழியில் அழுத்தமாக எப்போதோ எண்ணெய் வழிந்த கரிய தடம் படிந்திருந்தது. மேற்கிலிருந்து பஞ்சம் பிழைக்க வந்த தகப்பனார்தான் பொட்டலாயிருந்த இடத்தை மிகவும் குறைந்த விலைக்கு வாங்கிப் பண்படுத்தி விவசாயம் செய்திருக்கிறார். ஆடு மேய்த்துக்கொண்டிருந்த ஒருவரை ஏமாற்றி எழுதிப் பெற்றுக்கொண்டதாகக்கூட ஊரில் பேச்சு இருக்கிறது. தொண்ணூறு வயதில் மரணப் படுக்கையிலிருக்கையில் அப்பாவுடைய மூச்சு பல நாட்களாக இழுத்துக்கொண்டிருந்து கடைசியில் கொல்லை மண்ணைக் கரைத்துப் புகட்டியபோதுதான் நின்றது. அவர் சொன்னவாறு சொந்த நிலத்தில் உடல் புதைக்கப்பட்டு சமாதியும் கட்டப் பட்டது. அவர் நீர் இறைத்த கமலையின் பெரும் கற்கள் இன்னும் கிணற்றருகில் பூமியினடியில் கிடக்கின்றன. எவ்வளவு சிக்கல்கள் ஏற்பட்டாலும் இந்த நிலத்தை விற்க மனம் விரும்பாது என்று நினைத்தார். அப்பா உயிரோடு இருந்தால் விற்பதற்கு ஒப்புக் கொள்ளமாட்டார். இந்த மண் விலை மதிப்பற்றது எனச் சொல்வார். இளம் வயதிலேயே வீட்டை விட்டுப் பெருநகரத்துக்கு ஓடிப்போய்விட்ட மூத்த மகன் நிலம் இருப்பதால் பயனேதும் இல்லை என்கிறான். அங்கேயே திருமணம் செய்துகொண்ட அவனுடைய மனைவியும் நிலத்தை விற்றுவிட்டால் சொந்தமாக வீடு கட்டிக்கொண்டு வாடகைக்கும் விடலாம் என நினைக்கிறாள். வேலை தேடி நகரத்துக்குச் சென்ற இரண்டாம் மகனும் நிலத்தை விற்று வரும் பணத்தில் ஏதாவது தொழில் செய்ய விரும்புகிறான். பலரையும் போல் தங்கத்தினாலான கனமான தாலிச் சரடு போட்டுக்கொள்ள இவர் மனைவி நீண்ட காலமாக ஆசைப் பட்டுக்கொண்டிருக்கிறாள். எப்போது வேண்டுமானாலும் விழுந்துவிடுவதைப் போலிருக்கும் பூர்வீக ஓட்டுவீட்டை இடித்து மாடிவீடு கட்டிக் கொள்ளலாம். தினமும் இரவுகளில் தூக்கமில்லாமல் தவிக்கச் செய்யும் அனைத்துக் கடன்களையும் முதலில் தீர்க்க வேண்டும்.

அவர் கொட்டகை எதிரில் கயிற்றுக் கட்டிலை இழுத்துப் போட்டுக்கொண்டு அமர்ந்தார். தொய்ந்துபோன பழைய கட்டில் தொட்டிலைப் போல் ஆடியது. அதில் உட்கார்ந்ததும் எப்போதும் போல் வரும் தூக்கம் அவரைத் தழுவியது. களத்தை ஒட்டி எண்ணற்ற வெட்டுத் தழும்புகளுடனிருந்த முதிர்ந்த புன்னை மரத்திலிருந்து குளிர்ந்த காற்று வீசியது. அவர் வழியை நோக்கியவாறு படுத்து அரையுறக்கத்தில் மூழ்கினார்.

சற்று நேரத்தில் அவரருகில் தரகர் ஒருவர் வந்தார். "உண்மை யிலேயே நிலத்தை விற்கிறதா இருக்கீங்களா?" என்றார். நாராயணமூர்த்தி தயக்கத்துடன் "ம் . . ." கொட்டினார். "கடைசியா என்ன விலைக்குத் தருவிங்க?" என்று தரகர் கேட்டார். "நான் ஏற்கெனவே சொன்ன விலைதான், பைசா குறைக்க முடியாது" என்றார். "அந்த விலைக்கு விற்காது . . . நீங்க சொல்றதில பாதி விலைக்குதான் பக்கத்து விவசாயிங்க எல்லாம் வித்திருக்காங்க" என்றார் தரகர். "சேகர், ராமுகூட முன்பணம் வாங்கிட்டாங்க, நீங்க என்ன சொல்றீங்க?" என்றார் மீண்டும். அவர் அதையே தொடர்ந்து சொல்லிக் கொண்டிருந்தார். நாராயணமூர்த்தி மிகுந்த குழப்பம் அடைந்தார். சுற்றிலுமுள்ள கொல்லைகள் விற்கப்பட்டு அவர் மட்டும் தனியாக விடப்பட்டதாக உணர்ந்தார். அவர் என்ன கூறுவதென்று புரியாமல் திகைத்தார். "சரி, சரி . . ." என்று சத்தமாகச் சொல்லியபடி தூக்கத்திலிருந்து விழித்தார். அவருடைய வார்த்தைகள் அவருக்கே மிகவும் தெளிவாகக் கேட்டன. யாராவது கேட்டுவிட்டார்களா என்று சுற்றும் முற்றும் பார்த்த படி எழுந்து உட்கார்ந்தார். அங்கு ஒருவரு மில்லை. ஆனாலும் அந்தத் தரகரின் வார்த்தைகள் உண்மையாகப் பட்டன.

மிகுந்த ஏமாற்றமுடன் நாராயணமூர்த்தி சாலையைப் பார்த்துக்கொண்டிருந்தார். அதில் வாகனங்கள் வேகமாகப் போய்வந்துகொண்டிருந்தன. மீண்டும் நிலங்களைப் பறித்து அந்த நெடுஞ்சாலையை மேலும் பெரிதாக்கப் போகிறார்கள் என்று பேசிக்கொள்கிறார்கள். அப்போது சைக்கிளில் ஓர் ஆள் சாலையிலிருந்து இறங்கி உள்ளே வந்தான். அவரை அடிக்கடி தேடி வந்துகொண்டிருக்கும் நிலத்தரகர்களில் ஒருவரா யிருக்கலாம் என்று எண்ணினார். ஆனால் அவன் நேராகத் தொட்டியிடம் சென்று கை கால்களையும் முகத்தையும் கழுவிக்கொண்டு தண்ணீரை அள்ளியள்ளிக் குடித்தான். முன்பெல்லாம் நிறையப் பேர் பசுமையான நிழலை நாடியும் தாகத்தைத் தணித்துக் கொள்ளவும் கொல்லைக்குள் நுழை வார்கள். இப்போது வழி தவறியவர்களைப் போல் சிலர் மட்டும்தான் அபூர்வமாக வருகிறார்கள். அவன் தயங்கி நின்று நிலத்தின் மேல் ஆவலாகக் கண்களை ஓட்டினான். அவரருகில் வந்து "நல்ல வெயிலு" என்றான். "ஆமா . . ." என்றார். அவன் மேலும் நெருங்கி, "என்னைத் தெரியுதுங்களா?" என்றான். "யாரு, குணசேகரன் மகன் சின்னவனா?" என்று கேட்டார். "நா முருகேசனுங்க, ரொம்ப நாளா இங்கக் காவலுக் கிருந்தேன் . . . இந்தத் தென்னஞ்செடியெல்லாம் நா வச்சது

தான், வளர்ந்து காப்பு காய்க்குது” என்றான். அவருக்கு உடனே மங்கிய கடந்த காலத்தை ஒருமுறை புரட்டிப் பார்த்தது போலிருந்தது. அது இப்போது மிக வளமையாகவும் செழிப்பாக வும் இருந்ததாகத் தோன்றியது. “முருகேசா, நல்லா இருக்கியா?” என்றார். அவன் தலையாட்டிவிட்டு மௌனமாக நின்றிருந் தான். அவன் பக்கத்து ஊரில் வசிப்பவன் என்றாலும் சந்தித்து நீண்ட நாட்களாகின்றன. அவனோடு அந்தக் காலத்தைப் பற்றிப் பேசிக்கொண்டிருக்க வேண்டுமென்று விரும்பினார். “மரங்களுக்கு என்னன்னு தெரியாத நோய் பிடிச்சிடுச்சி... சரி, இப்ப நீ என்ன செய்யிற?” என்றார். “தோல் கம்பெனி வேலைக்குப் போறேன். பொன்னுரங்கம் எதனாலோ பூச்சி மருந்து குடிச்சி செத்துட்டாராம்... இப்பதான் சாவுக்குப் போயிட்டு வந்தேன். இங்க வழியில உங்களையும் பாக்கத் தோணுச்சி” என்றான் கம்மிய குரலில். நாராயணமூர்த்தி நெருங்கிய சமமான மனிதரை இழந்ததைப் போன்ற உணர்வுடனும் மரணத்தைப் பற்றிய பீதியுடனும் “மேல கொல்லைக்காரரா? யாரும் சொல்லலையே...” என்றார். “உடனே எடுத்துட்டாங்க... அப்ப நா வர்றேங்க, மதிய வேலைக்காவது போவனும்” என்று சாலையிலேறிச் சென்று விட்டான். அவன் முதலில் பொன்னுரங்கம் கொல்லையில் தான் நீண்ட காலம் குத்தகைக்கு இருந்தான். பிறகு அவன் நாராயணமூர்த்தியிடமும் சில வருடங்கள் காவலுக்கிருந்தான். அவன் தூரத்தில் சென்று புள்ளியாகும் வரையிலும் இவர் பார்த்துக்கொண்டிருந்தார்.

கிணற்றில் நீர் வற்றி மோட்டார் கத்தவும் நாராயணமூர்த்தி வேகமாகச் சென்று அதை நிறுத்தினார். குழாயில் நிற்கும்போது ஒழுகும் நீரை இரு கைகளிலும் பிடித்துக் குடித்தார். அவருக்குக் குளிர்ச்சியாகவும் சற்று ஆறுதலாகவுமிருந்தது. மற்ற கிணறுகளில் தண்ணீர் உப்பு கரித்தாலும் இதில் மட்டும் தேன் போலிருப் பதாகச் சொல்வார்கள். முன்பு கால்நடை மந்தைகள் மேய்ப்பவரின்றிக் காட்டிலிருந்து இறங்கி நேராக நிறைந்திருக்கும் தொட்டியில் தண்ணீர் குடித்துவிட்டுச் செல்லும். அருகிலிருக் கும் ஊர்ப் பெண்கள் துணிகளைத் துவைத்துக் களத்தில் விரித்துக் காயப்போடுவார்கள். இரவிலும் கூட ஆண்கள் குளிப்பார்கள். இந்த இடம் எப்போதும் உயிர்ப்புடனிருக்கும். தொட்டிக்குப் பக்கத்திலிருந்த துவைகல் மங்கி மண் படிந் திருந்தது. மறுபடியும் கிணற்றுக்குள் எட்டிப் பார்த்தார். அடியில் விழுந்து உடைந்த பானை ஓடுகளும் கை நழுவிய சில இரும்புச் சாமான்களும் பிளாஸ்டிக் பைகளும் துல்லியமாகப் புலப்பட்டன. மத்தியானத்துக்குப் பிறகுதான் அவை மூழ்கிச்

சிறிது நேரம் பாயுமளவு கிணற்றில் நீர் தேங்கும். அதுவரையிலும் மீண்டும் கட்டிலில் படுத்துப் பகல் கனவு காணலாம். இடையில் பசியெடுத்தால் எழுந்து சாப்பிடலாம். அவர் சில நாட்களில் உண்ண மறந்து அப்படியே தூக்கை ஞாபக மில்லாமல் வீட்டுக்கு எடுத்துச் சென்று விடுவார். அதிலிருக்கும் உணவு கெட்டு வீணாகிப் போகிறதென்று மனைவி ஏசுவாள். அப்போ தெல்லாம் விளைந்து கொண்டிருந்த அரிசியைச் சமைத்தால் மறுநாள் காலையில் சாப்பிடுகையில் பழையதும் அமுதம் போலிருக்கும். இப்போது சோறு அடுத்த வேளையில் ஊசி நாற்றமெடுக்கிறது.

அவர் ஆழ்ந்த உறக்கத்தின் நடுவிலிருந்து எழுந்து மோட்டாரைப் போட்டார். வயலுக்கு நடந்து சென்று வரப்பின் மீது உட்கார்ந்தார். அவர் கைகள் அனிச்சையாகக் கால்வாயில் முளைத்திருந்த செடிகளைப் பிடுங்கி எடுத்துக்கொண்டிருந்தன. முன்பு அவருக்குத் துணையாகக் கொல்லையிலிருந்து சத்தம் ரீங்காரம்போல் எப்போதும் எழும். தவளைகள் அவ்வப்போது இடைவெளிகள் விட்டுக் கத்தும். சுற்றிலும் பல வகை பறவைகள் ஓயாமல் கீச்சிடும். சிறு பூச்சிகள் ஒரே குரலில் இரையும். அவற்றைத் தொடர்ந்து கேட்டுக்கொண்டிருந்திருக்கிறார் என்பது இப்போதுதான் அவருக்குப் புரிந்தது. மண்ணைக் கிளறினால் அப்போதுதான் பிறந்த குழந்தைகளைப் போல் துடிக்கும் புழுக்களையும் காணோம். வளைகளின் உள்ளிருந்து பார்த்துக்கொண்டிருக்கும் நண்டுகளும் இல்லை. அவர் நிலத்தைச் சுற்றி வருகையில் அறிந்துகொள்ளவே முடியாத ஆயிரக்கணக்கான நுண்ணுயிர்களைச் சந்திப்பார். அவை யாவும் மாயமாக மறைந்து நிலத்தில் மயான அமைதி நிலவியது. அவரைத் தனிமை தாங்க முடியாத பாரமாக அழுத்தியது. அதிலிருந்து தப்பித்து வெளியேறி கண்காணாத இடத்துக்குச் செல்ல வேண்டும்போல் மூச்சடைத்தது. அவர் எழுந்து தென்னந்தோப்பினுள் நடந்தார். அவரைச் சுற்றிலும் நெடிய மரங்கள் மௌனமாக நின்றிருந்தன. அங்கிருந்தும் கிளம்பி சாலையோரம் வந்து நின்றார். சாலையில் ஓயாத இரைச்சலுடன் வாகனங்கள் போய்க்கொண்டிருந்தன. மேலே வானம் மேகங்களில்லாமல் வெறுமையாகக் கவிந்திருந்தது. அவர் தாகம் மேலிடத் திரும்பித் தொட்டி நீரில் முகம் கை கால் கழுவித் தண்ணீர் குடித்தார். அவர் முகம் எப்போதும் போல் கரும் பச்சைப் பாசிகளின் நடுவில் தெளிவாகத் தோன்றி நடுங்கி மறைந்தது. அதன் இப்போதைய கேள்வியும் 'நிலத்தை விற்கப்போகிறாயா?' என்பதுதான். அவர் மோட்டாரை அணைத்துவிட்டு மீண்டும் கட்டிலுக்குத் திரும்பினார்.

அருகில் வந்த கடல்

நாராயணமூர்த்தி யாரோ வருகிற உணர்வில் கண் விழித்துத் தலையைத் தூக்கிப் பார்த்தார். சாலையோரமாகப் பளபளவென்று விலையுயர்ந்த கார் நின்றுகொண்டிருந்தது. அதிலிருந்து இருவர் இறங்கி அவரை நோக்கி நடந்து வந்து கொண்டிருந்தார்கள். வெறும் வழிப்போக்கர்களாயிருக்கலாம் என்றுதான் அவர் முதலில் நினைத்தார். அதில் ஒருவர் அடிக்கடி அவரிடம் வந்து போய்கொண்டிருக்கும் தரகர்தான். மற்றொருவர் பக்கத்துக் கிராமத்தைச் சேர்ந்த அனைவரும் அறிந்த பெரிய நிலச்சுவான்தார். அவர் அருகிலிருக்கும் நகரத்தில் கட்டடங்களை வாங்கிவிற்கும் பெரும் வியாபாரியாக மாறி யிருந்தார். இப்போது அக்கம் பக்கத்திலுள்ள விவசாய நிலங்களைப் பேராசையோடு தொடர்ந்து வாங்கிப் போட்டுக் கொண்டிருக்கிறார். நாராயண மூர்த்தி கட்டிலில் சற்றுத் தள்ளி உட்கார்ந்து அவர்களுக்கு இடமளித்தார். அவர் அமர்ந்து நிலத்தை ஒருமுறை பார்த்து விட்டு "நிலத்தை விற்கிறதா இருக்கீங்களா?" என்றார். "எனக்கு விருப்பமில்லை, இருந்தாலும் என் குடும்பத்துல விற்கச் சொல்றாங்க" என்றார் நாராயண மூர்த்தி. "என்ன விலைக்குக் கொடுப்பிங்க?" என்று கேட்டார் நிலச்சுவான்தார். "நா முன்னால சொன்னதுதான்..." என்றார் நாராயணமூர்த்தி சற்றுப் பெருமையுடன். "நீங்க பகல் கனா காணுறிங்க, இது அந்தளவு போகாது" என்றார் அவர். அவர்கள் குறைந்த விலைக்கு நிலங்களை வாங்கிப் பயிர்களை அழித்துச் சமமாக்கி வீட்டு மனைகளாக அல்லது முழுநிலமாகப் பயங்கர விலைக்கு விற்பார்கள் என்று நாராயணமூர்த்தி நினைத்துக் கொண்டார். "எவ்வளவு நாளைக்கானாலும் நிலம் இப்பிடியே கிடக்கட்டும்" என்றார். "இதுக்கு மேல விவசாயத்த நம்ப முடியாது, பேசாம வித்திடுங்க" என்றார் தரகர். "பின்னால ராமசாமி நிலம், பக்கத்துல சுந்தரேசன், அதுக்கும் பக்கத்துல ராமு நிலம் எல்லாத்தையும் நான் வாங்கியிருக்கேன். உங்களுக்கும் அதே விலை போடுறேன்" என்றார் நிலச்சுவான் தார். அந்த விலை நாராயணமூர்த்தி வெகுகாலமாகக் கற்பனை செய்துகொண்டிருந்ததில் பாதியளவும் இல்லை. அவர் ஒவ்வொன்றாகப் போட்டிருந்த மனக்கணக்குகள் யாவும் முடிவில்லாமல் நின்றன. இந்தப் பணத்தை இரு மகன் களுக்கும் பங்கிட்டு எஞ்சுவது அவர் வாழ்நாள் முழுவதற்கும் காணாது.

நாராயணமூர்த்தி களத்தையும் சாலையையும் தாண்டி எதிரே தூரத்தில் உறைந்திருந்த மலையை உற்று நோக்கினார். அது பிரம்மாண்டமான உண்மைபோல் உருவெடுத்து நின்றது. "இப்ப உங்களுக்கு வேற வழியில்லை, நீங்க கொடுத்துதான்

ஆகனும்" என்றார் தரகர் மீண்டும். "இல்ல, மகனுங்களைக் கேக்கணும் . . ." என்று நாராயணமூர்த்தி தடுமாறிய குரலில் கூறினார். "உங்க பெரிய மகன் ஊருக்கு வந்தப்பப் பேசினேன். நீங்கதான் நடுவுல நிக்கறதாச் சொன்னாரு" என்றார் தரகர். "நீங்க பயப்படாதீங்க, உங்க எல்லாருக்கும் நான் சுமூகமாப் பிரிச்சிக் கொடுத்திடறேன்" என்றார் நிலச்சுவான்தார். பல பஞ்சாயத்துகளில் இறுதித் தீர்ப்புகளை வழங்கும் அவருடைய சொல்லை அனைவரும் தட்ட முடியாமல் ஒத்துக்கொள்வார்கள். நாராயணமூர்த்தி முடிவு எட்டப் பட்டுவிட்டதை உணர்ந்தார். அவருடைய கண்ணெதிரில் நிலத்தைச் சுற்றிலும் பெரிய சுவர் மாயமாக எழுந்து நின்றது. அவருடைய மகன்களுடைய உருவங்கள் உள்ளே நுழைய முடியாமல் வெளியே காத்துக் கொண்டிருந்தன.

ஏற்கனவே எழுதப்பட்ட நாடகத்தின் காட்சி முடிவடைந் ததைப் போல் நிலச்சுவான்தார் எழுந்து நிற்க நாராயண மூர்த்தியும் எழுந்தார். நிலச்சுவான்தார் பைக்குள்ளிருந்து ஒரு பணக் கட்டையெடுத்து எண்ணிப் பார்க்காமல் அவர் கைகளில் வைத்தார். "இத முன் பணமா வச்சுக்குங்க, இப்பப் பேச்சே போதும், பின்னால ஒப்பந்தம் போட்டுக்கலாம்" என்று கூறினார். அதை வாங்கவும் மறுக்கவும் இயலாமல் நாராயணமூர்த்தி மரம் போல் நின்றார். அவரை அறியாமல் கைகள் பணத்தை மூடிக்கொண்டன. தரகரும் நிலச்சுவான் தாரும் விடை பெற்றுப் புறப்பட்டுப் போனதையும் அவர் கவனிக்கவில்லை. எல்லாம் கனவில் விரைவாக நடந்து முடிந்தது போலிருந்தது. கார் கிளம்பிச் சென்றபின் அவர் நம்பிக்கையில்லாமல் பணத்தை விரித்துப் பார்த்தார். நடந்தவை எல்லாம் உண்மை என்பதைப் போல ஆயிரம் ரூபாய்த் தாள்கள் கனமாக இருந்தன. அவர் கொட்டகைக்குள் புகுந்து பணக் கட்டைப் பிரித்து எண்ணத் தொடங்கினார். இவ்வளவு பெருந்தொகை அவரிடமிருப்பது இதுதான் முதல் முறை. எண்ணிக்கை பிசகி மீண்டும் சிலமுறை எண்ணி அதை மடியில் சுற்றி வைத்துக்கொண்டார். அவர் மீண்டும் கொட்டகைக்கு வெளியில் வந்து சிறிதாயிருந்தாலும் விரிந்து பரந்து தெரிந்த நிலத்தில் ஒவ்வொன்றையும் உன்னிப்பாகக் கவனித்தார். மரங்கள், நெல் வயல்கள், களம், கால்வாய் எல்லாமும் உயிரடைந்து கண்களில் துலக்கமாக விழுந்தன. அவற்றையெல்லாம் நிரந்தரமாகப் பிரியப் போகிறோம் என்கிற எண்ணம் அவருக்குள் மேலெழுந்தது. அவர் பிறந்ததிலிருந்து பழகியிருக்கும் மிருதுவான மண். காலையில் எழுந்ததும் நினைவின்றி வழக்கம்போல் நிலத்துக்குக் கிளம்பி வந்து

விடுவோம் என்று தோன்றியது. உடனே வீட்டுக்குப் பறந்து செல்ல வேண்டுமென்று நினைத்தார். அவருக்கு மகிழ்ச்சியாகவும் அதே நேரத்தில் வேதனையாகவும் இருந்தது. இப்போதே பணத்தை மனைவியிடமும் பிள்ளைகளிடமும் ஒப்படைத்து விட்டுப் பாரத்தை இறக்க வேண்டும்.

நாராயணமூர்த்தி சாப்பாட்டுத் தூக்கை எடுத்துக்கொண்டு கொட்டகையைப் பூட்டிவிட்டுத் திரும்பினார். அப்போது சாலையின் சரிவில் ஒருவர் இறங்கி வருவது தெரிந்தது. அவருடைய தந்தை இளமைத் தோற்றத்தில் நடந்து வந்து கொண்டிருந்தார். உயர்ந்த உருவமும் அழுத்தமான நடையுடனும் அப்பா உயிர் பெற்று வந்ததைப் போலிருந்தது. அது அவருடைய இளைய மகன் வாசுதேவன்தான். அந்த உருவ ஒற்றுமைக்காக அவனை அப்பாவைப்போல் உள்ளூர அவர் கருதிக்கொள்வார். அவன் இரு கைகளிலும் இரு பெட்டிகளுடனும் தோளில் மற்றொரு பையும் தொங்க நடந்து வந்துகொண்டிருந்தான். அவன் முகம் சோர்ந்து களைத்திருந்தது. அவன் மூன்றாவது வீட்டுத் தொலை பேசி மூலமாகக் கூடத் தெரிவிக்காமல் திகைப்பளிக்கும்படி திடீரென்று வந்திருக்கிறான். அவனுடைய வருகை மிகப் பொருத்தமான நேரத்தில்தான் நடந்திருக்கிறது என்று எண்ணிக் கொண்டார். அவனிடம் நிலம் விற்றதைப் பற்றி விளக்கிச் சொல்லலாம். கொட்டகைக் கதவை மறுபடியும் திறந்தவாறு “வாப்பா, நல்லாயிருக்கியா, வேலை எப்பிடியிருக்குது?” என்று கேட்டார். அவர் அப்பாவைப் பற்றிய நினைப்பால் பெரும்பாலும் மகனைப் பெயர் சொல்லிக் கூப்பிடுவதில்லை. அவன் பைகளைக் கட்டிலின் மேல் இறக்கி வைத்தவாறு “நல்லாத்தானிருக்கேம்பா, நீங்க எப்பிடியிருக்கீங்க? அம்மாவும் அண்ணனும்?” என்றான். வெளியில் வந்து நிலத்தைச் சுற்றும் முற்றும் புதிய மனிதனைப் போல் பார்த்தான். “அப்பா, தாகமாயிருக்குது . . . தண்ணீர் ஓடலைபோலிருக்குது, பரவாயில்லை” என்று தொட்டியருகே சென்று முகம் கழுவி இரு கைகளாலும் தண்ணீரை அள்ளிப் பருகினான். அவனுடைய சட்டையின் மேல் தண்ணீர் ஒழுகி அங்கங்கே ஈரத் திட்டுகள் உண்டாயின. முகத்திலும் கைகளிலும் நீர்த் துளிகள் சொட்ட “நம்ம தண்ணிக்கு ரொம்ப ருசி, எங்கெல்லாமோ குடிச்சிருக்கேன், இதுக்கு ஈடாகாது” என்றான். அவன் கண்கள் மீண்டும் கொல்லையின் மேல் ஈர்க்கப்பட்டவை போல் சுற்றிக்கொண்டிருந்தன. அதைத் தடுப்பதைப் போல் “நான் உன்னோட பேசலாம்னு நினைச்சேன். அதுக்குள்ள நீயே நேரில வந்திட்ட . . .” என்றார் நாராயணமூர்த்தி. “ஆமாம்பா, நான் இரண்டு மூணு நாளாவே புறப்பட இருந்தேன். இன்னிக்கு தான் முடிவெடுத்து வந்தேன்” என்றான் வாசுதேவன்.

அவர் அவனையே ஆவலோடு பார்த்துக்கொண்டிருந்தார். அவன் அவரைவிட ஒரு பிடி உயரம் அதிகமாக இருந்தான். உறுதியான கறுத்த அப்பாவுடையதைப் போன்ற முகத்தில் கவலை கோடிட்டிருந்தது. அவனிடம் உடனே அனைத்தையும் சொல்லிவிட விரும்பினார். அவன் காலணியை அவிழ்த்து விட்டுக் களத்து மேட்டுக்குச் சென்று கொல்லையை நோக்கி னான். மடியிலிருந்த பணத்தை அவருடைய கை தொட்டுப் பார்த்துக்கொண்டது. அவன் வருத்தமுடன் "மரங்கள் செத்துப் போயிருக்குது . . . பயிர் வாடியிருக்குது . . ." என்றான். இந்த நிலத்தை விற்று முன்பணமும் வாங்கியாகிவிட்டது என்ற சொற்கள் நாராயணமூர்த்தியின் வாய்வரை வந்தன. ஆனால், "எங்கியும் வெள்ளாமை சரியில்லை . . ." என்று முணுமுணுத்தார். முதலில் பணத்தை அவன் கையில் எடுத்துத் தந்து விட்டு எல்லாவற்றுக்கும் முற்றுப் புள்ளி வைக்க நினைத்தார். வாசுதேவன் வேறு எண்ணங்களில் மூழ்கியிருக்கிறான் என்ற தயக்கத்தோடு குற்ற உணர்வும் அவரைத் தடுத்தது. "அப்பா, என்னை வேலையிலிருந்து எடுத்துட்டாங்க. இன்னும் நிறையப் பேருக்கும் வேலை போயிடுச்சி. மறுபடியும் வேற யாருக்கோ உழைக்க எனக்கு விருப்பமில்ல. இனிமே நான் விவசாயம் பண்றேன், நீங்க வயசான காலத்தில சும்மா இருங்க" என்று அவரருகில் வந்து இறைஞ்சுவதைப் போல் கூறினான். "உழவு வேலையில ஒண்ணும் கிடைக்காது . . . நீ என்னப் பத்திக் கவலைப்படாம நல்லா யோசிச்சிப் பாரு" என்றார் நாராயண மூர்த்தி. "நான் இனிமே வேலைக்குப் போக மாட்டேம்பா. நான் மாடு வளர்த்து ஏர் ஓட்டியாவது பிழைக்கிறேன் . . ." என்று வாசுதேவன் சொல்லிக்கொண்டிருந்தான். அவனுடைய சொற்கள் கனவில் ஒலிப்பதைப் போல் அவருக்குக் கேட்டன.

●

ஓடாமல்போன இயந்திரம்

இன்னும் எட்டு மணியாகவில்லை. தொழிற் சாலையின் பெரும் வாயிற்கதவுகள் அடைத்து வைக்கப்பட்டிருந்தன. மனோகரன் ஓட்டிவந்த இருசக்கர வாகனத்திலிருந்து ஒலி எழுப்பினான். உடனே இரும்புக் கதவுகள் வேகமாகத் திறந்தன. அவற்றினருகில் நின்று கன்னங்கள்வரை கத்தை யாக மீசை வளர்த்திருந்த காவலாளி விறைப்புடன் சல்யூட் அடித்தார். அவனும் வணங்கிவிட்டு உள்ளே நுழைந்து தன்னுடைய வாகனத்தைக் கொட்டகை யில் நிறுத்தினான். தொழிலாளர்கள் யாரும் வந்திருக்கவில்லை. இன்று விடுமுறை நாளாதலால். வேலை தொடங்கத் தாமதமாகும் என்று நினைத் தான். எந்த அவசரமுமில்லாத அவன் அங்கேயே கொஞ்சம் நேரம் நின்றான். சற்றுத் தொலைவில் தொழிற்சாலைக் கட்டடம் பிரம்மாண்டமாக நின்றிருந்தது. அதற்குப் பக்கத்தில் சிமெண்ட் கற்களாலான மேலும் இரு கட்டடங்கள் வளர்ந்து கொண்டிருந்தன. உற்பத்தியான தோல் அட்டை களைக் காயப்போடும் மைதானம் எதிரில் விரிந்திருந்தது. அதைத் தாண்டி இரண்டு மூன்று சிறிய குன்றுகளைப் போல் தோல் துண்டுகள் குவிந்திருந்தன. அருகில் அவற்றைச் சுத்தப்படுத்தும் இடமான அகன்ற ஓட்டுக் கொட்டகை. தூரத்து மூலையில் நீச்சல் குளத்தைப் போன்ற தொட்டியில் நிரம்பி வழிந்த கழிவுநீர் கறுப்பாகப் பளபளத்தது. எல்லாம் தொடர்ந்து உழைத்து ஓய்வில் மூழ்கிக் கிடப்பவைபோல் தோன்றின. சற்று நேரம் முன்ன தாக வந்து அவற்றைக் கலைத்துவிட்டதாக அவன்

உணர்ந்தான். மெதுவாகக் கட்டடத்தை நோக்கி நடந்தான். சற்று வயதான அந்தக் காவலாளி கையில் சாவிக் கொத்துக் குலுங்க முன்னால் ஓடித் தொழிற்சாலையின் சுருள் கதவைத் தூக்கித் திறந்தார். மற்ற வேலை நாட்களில் கதவுகளும் சன்னல்களும் மேல் வேலையாளாகவும் உள்காவலாளியாக வும் இருப்பவரால் எல்லோரும் வருவதற்கு முன்பு திறக்கப் பட்டு விடும். அவரை இன்று வரச் சொல்லவில்லை.

அவன் தொழிற்சாலைக் கட்டடத்துக்குள் நுழைந்தான். ஆழ்ந்த தூக்கத்திலிருப்பது போன்ற முழுமையான அமைதி உள்ளே நிலவியது. சாளரங்களில் காற்று புகுந்து ஓசையுடன் வீசியது. அது வெண்சங்கைக் காதில் வைத்துக் கேட்கையில் எழும் அலைகடலின் இரைச்சலைப் போலிருந்தது. அப்போது தான் பொழுது விடிந்ததைப் போன்ற அரையிருட்டு சூழ்ந் திருந்தது. உயரத்திலிருந்த திறப்புகளின் வழியாக ஒளிக் கீற்றுகள் பாய்ந்தன. அங்கங்கே இயந்திரங்கள் பெரிய விலங்கு களைப் போல் உறங்கிக்கொண்டிருந்தன. அவற்றின் நுட்பமான எண்ணற்ற உள்ளுறுப்புகள் உயிரற்று உறைந்திருந்தன. வெவ்வேறு அளவுகளிலான சக்கரங்களெல்லாம் ஆரக்கால்களை விரித்து அசைவற்றிருந்தன. அனைத்திலும் ஒளிந்திருக்கும் ஆக்கவும் அழிக்கவும் வல்ல உயர்மின்சாரச் சக்தியை நினைத்து அவனுடைய உடல் ஒரு கணம் சிலிர்த்தது. மூலையிலிருந்த தண்ணீர்த் தொட்டியின் குழாயில் நீர்த்துளிகள் சொட்டின. அது இரவெல்லாம் இடைவிடாமல் ஒலித்திருக்கும். அலுவலகத்தையும் இருப்பு அறைகளையும் காவலாளி திறந்து விட்டுச் சென்றார். சுவரில் நடுநாயகமாயிருந்த பெரிய கடிகாரத் தின் நீண்ட முள் எட்டு மணியை நெருங்கிக்கொண்டிருந்தது. இன்னும் சற்று நேரத்தில் வேலையாட்கள் வந்துவிடுவார்கள். பிறகு முழுக்கவனத்தையும் கோரும் வேலை ஆரம்பமாகிவிடும். அவன் அலுவலகத்திற்குள் சென்று நாற்காலியில் சாய்ந்தான். மேசையில் இருப்புப் புத்தகமும் தொழிலாளர்கள் வருகைப் பதிவேடும் மேலும் சில சிறிய பெரிய நோட்டுகளும் கிடந்தன. நேற்றுக் கொடுத்த வாரக்கூலியின் பட்டியல் காத்திருந்தது. அது கண்ணில்படாமலிருக்க மேசை இழுப்பறையில் போட்டு மூடினான். ஒன்றேபோல் தொடரும் வேலை நாட்களுக்கிடையில் மாற்றமாயிருப்பது ஓய்வு நாள்தான். அதுதான் ஒவ்வொரு வாரமும் காலத்தை ஆரம்பித்தும் முடித்தும் வைத்துப் புதுப்பிக் கிறது. அவனுக்கு இன்று வழக்கமான விடுமுறைநாளில் தவறி வந்துவிட்டதைப் போல் தோன்றியது.

தொழிற்சாலை வாயிலிலிருந்து இன்னிசை எழுந்தது. அது தொழிற்சாலை உரிமையாளரின் வெளிநாட்டுக்

காரினுடையது. அவர் பெரும்பாலும் மதியம் அல்லது மாலைவேளைகளில் வந்து ஒன்றிரண்டு மணிநேரம் வேலை களை மேற்பார்வையிடுவார். இன்று வேலை ஆரம்பிக்கும் முன்பு வந்திருக்கிறார். மனோகரன் அவசரமாக எழுந்து வெளியில் வந்தான். இரும்பு வாயிலைக் கடந்து கட்டட வாசலருகில் கார் ஊர்ந்து வந்து நின்றது. வழக்கத்துக்கு மாறாக ஜீன்ஸுடன் பூப்போட்ட சட்டையணிந்து உரிமை யாளர் காரிலிருந்து இறங்கினார். ஓய்வு நாளென்பதால் அவற்றை அணிந்திருக்கலாம். அவர் கொஞ்ச காலம் மேற் படிப்புக்காக அமெரிக்காவில் வாழ்ந்தவர். அவருடைய நடையுடை பாவனைகளில் கொஞ்சம் அமெரிக்கத் தன்மை கலந்திருக்கும். மனோகரன் கையை உயர்த்தி "குட்மார்னிங் சார்" என்றான். அவர் தலையசைத்து "குட்மார்னிங்" என்றார். பிறகு "லீவு நாள்ல வேலைசெய்றது கஷ்டமாயிருக்கா?" என்று உதடுகள் பிரியாமல் சிரித்தார். மனோகரன் சரியான பதிலெது வும் தோன்றாமல் பேசாமலிருந்தான். அவர் கண்களை உயர்த்திக் காலணிகள் சப்திக்க அலுவலகத்தை நோக்கி நடந்தார். அவன் உட்கார்ந்திருந்த அதே நாற்காலியில் அமர்ந்து கூலி நோட்டைப் புரட்டினார். மனோகரன் மௌனமாக எதிரில் நின்றிருந்தான். வெளியில் தொழிலாளர்களின் பேச்சுக் குரல்கள் கேட்டன. அவர் கைக்கடிகாரத்தைப் பார்த்தார். "எட்டு மணியாகுது, வேலை ஆரம்பமாகலையா?" என்று எழுந்தார். பின்னால் வந்த மனோகரன் தொழிற்சாலையின் சுவர்க் கடிகாரத்தைக் காட்டினான். அதில் எட்டு மணியாவதற்குச் சில நொடிகள் பாக்கியிருந்தன. "இந்த கடிகாரப்படிதான் அவங்க வேலை செய்றாங்க சார்" என்றான். அவர் கடிகாரத்தை யும் அவனையும் பார்த்துவிட்டுத் தோள்களைக் குலுக்கினார்.

வேலையாட்கள் நிதானமாக உள்ளே வந்து உரிமை யாளரைக் கண்டு சற்று வேகத்துடன் சாப்பாட்டுத் தூக்குகளை அலமாரிகளில் வைத்துவிட்டு அவரவருடைய வேலையிடங் களுக்குச் சென்றார்கள். உடைகளை அவிழ்த்து ஆணிகளிலும் சன்னல்களிலும் மாட்டிவிட்டுக் காக்கிச் சீருடைகளையோ பழைய உடைகளையோ எடுத்து அணிந்தார்கள். அவை முன்பு சிலர் போட்டிருந்த உடைகளைவிட மோசமில்லாம லிருந்தன. மேலிருந்து தொங்கிய குழல் விளக்குகள் ஓரிருமுறை கண்களைச் சிமிட்டிவிட்டு எரிந்தன. நேற்று உற்பத்தியான அட்டைகளை வெயிலில் காயப்போடப் பெண் தொழிலாளர்கள் தள்ளு வண்டியில் எடுத்துச் சென்றார்கள். அரைவை இயந்திர மிருந்த மேடைப் படிகளில் இயந்திரத்தை இயக்கும் வேலையாள் தாவி ஏறினான். அவன் தாடி ஆட்டினுடையதைப் போலிருந்த தாலும் சில ஆடுகளை வீட்டில் வளர்த்து வந்ததாலும் மற்ற

தொழிலாளர்கள் அவனை 'ஆடு' என்பார்கள். அவனுடைய பாவனைகளும் ஆட்டைப் போல் மாறியிருந்தன. அவன் இயந்திரத்தை இயக்கும் பிடியில் கைவைத்து மனோகரனைப் பார்த்தான். அவன் மொட்டைப் பாறையின் முகட்டில் மேய்ச்சலின்போது நின்றிருக்கும் செம்மறியாட்டைப் போல் காணப்பட்டான். மனோகரன் தலையாட்டவும் இயந்திரத்தை முடுக்கினான். அது ஒருமுறை பொருமிப் பெருத்த சத்தத்துடன் ஓடத்தொடங்கியது. ராட்சதப் பல்சக்கரம் முன்தினம் கொட்டிய தண்ணீரும் ஊறிய தோல் துண்டுகளும் வழியக் கனகம்பீர மாகச் சுழன்றது. காற்று மோட்டார்களும் தங்கள் வேலையை ஆரம்பித்துத் தீனமாக இரைந்தன. இருப்பதிலேயே மிகவும் சத்தம் போடுகின்ற – அட்டைகளை அழுத்தும் – இயந்திரம் கடகடவென உருள ஆரம்பித்தது. நீல டிரவுசர் போட்டிருந்தவன் அதன் இண்டு இடுக்குகளில் தாராளமாக எண்ணெய் வார்த்தான். பிறகு தசைகள் திரண்ட கைகளால் அட்டையை எடுத்து உருளைகளுக்கிடையில் செலுத்தினான். அந்த இயந்திரம் மேலும் கத்தியது. எல்லா இயந்திரங்களும் சேர்ந்து கூரையைப் பிய்த்து விடுவதுபோல் சத்தமிட்டன. உரிமையாளர் மிகுந்த திருப்தியடைந்தார்.

மனோகரன் நீண்ட வலையைப் பிணைத்த உருளைகளை நோக்கி நடந்தான். அங்கு வேலையாட்கள் தயாராக வரிசையில் நின்றிருந்தார்கள். மனோகரனுக்கும் பின்னால் வந்த உரிமை யாளருக்கும் சேர்த்து அந்த இயந்திரத்துக்குப் பொறுப்பான கணேசன் வணக்கம் சொன்னார். அவர் வாய் உள்ளுக்குள் அசைபோட்டுக்கொண்டிருந்தது. அட்டையின் கன அளவை மனோகரன் சரிபார்த்தான். இயந்திரத்தின் பொத்தான் அழுத்தப்பட்டது. வெவ்வேறு அளவு உருளைகள் சீரான வேகத்தில் சுற்றத் தொடங்கின. வலையின் மேல் அரைத்த குழம்பை இருவர் தொடர்ந்து எடுத்து ஊற்ற அது பதப்படுத்தும் பகுதிகளின் வழியாக ஊர்ந்தது. உரிமையாளரும் மனோகரனும் அதைப் பார்த்தவாறு நீண்ட இயந்திரத்தின் பின்பகுதிக்கு வந்தார்கள். மேலிருந்த உருளையிலிருந்து மெல்லிய அட்டைகள் இறங்கிக்கொண்டிருந்தன. அவற்றைச் சமவேகத்தில் இருவர் இழுத்து அடுக்கினார்கள். ஓர் அட்டையை எடுத்துக் கனத்தை யும் வளையும் தன்மையையும் உரிமையாளர் பரிசோதித்தார். அவனும் அவரருகில் நின்று கவனித்தான். அவரிடம் இந்த இடத்துக்குத் தொடர்பில்லாத உயர்தரமான வாசனை வீசியது. அவர் வழக்கம்போல் விடுமுறைத் தினத்தில் பண்ணை வீட்டுக்குப் போகிறார் என்று மனோகரன் நினைத்தான். அங்குக் குளிர்ந்த பீரைக் குடித்து மாலைவரை விவசாய வேலைகளைக் கவனிப்பார். அப்படித்தான் தலைமை

அலுவலகத்திலிருப்பவர்கள் பேசிக்கொண்டார்கள். மீண்டும் திரும்புகையில் தொழிற்சாலை வேலை முடியும் நேரத்தில் வருவார். அல்லது மற்றொரு சாலை வழியாகப் போய்விடுவார். அவர் "இன்னைக்கிக் கண்டிப்பா இதைப் போட்டு முடிக்கணும்" என்று விடுமுறை நாளுக்காகக் கூடுதலாக ஒரு புன்னகையை வீசிவிட்டுச் சென்றார். படகைப் போல் கார் வழுக்கிச் சென்றது. இரும்பு வாயில் ஒருமுறை அகலத் திறந்து மறுபடியும் மூடிக் கொண்டது.

மனோகரன் தொழிற்சாலைக்குள் மெதுவாக நடந்தான். உரிமையாளரின் வருகையால் கவிந்திருந்த இறுக்கம் மெல்லக் குறைந்தது. தொழிலாளர்கள் ஒருவருக்கொருவர் பேசிக் கொள்ளத் தொடங்கினார்கள். அவன் ஒவ்வொரு இயந்திர மாகப் பார்த்துக்கொண்டு வந்தான். சிலர் வணக்கம் தெரிவித்தார்கள். இன்று மற்ற இரு மேற்பார்வையாளர்கள் விடுப்பு எடுத்துக்கொண்டிருந்தார்கள். தொழிலாளர்களில் தேவையானவர்களுக்கு மட்டும் வேலைசெய்வதற்கு நேற்றே சொல்லப்பட்டிருந்தது. சிலர் தவிர்க்க முடியாத காரணங் களைச் சொல்லி விடுமுறை கேட்டதால் அவர்களுக்கு மாற்றாக ஆட்களும் ஏற்பாடு செய்யப் பட்டிருந்தார்கள். அப்படியும் ரசாயனம் கலக்குமிடத்திலும் வலை இயந்திரத்திலும் பழக்க மானவர்கள் வராமல் ஏமாற்றி விட்டார்கள். அதற்குப் பதிலாக மாற்று ஆட்கள் வேலை செய்துகொண்டிருந்தார்கள். அப்போது தான் வேர்த்து ஒழுகியபடி வந்த பெண் மேற்பார்வையாளர் "கொஞ்சம் வீட்டு வேலையால லேட்டாயிடுச்சு ..." என்றவாறு வணங்கினாள். அவனும் வணக்கம் சொல்லிவிட்டுச் "சாப்பாடு எடுத்து வரலையா?" என்று சைகைகளுடன் விசாரித்தான். "இல்ல, மத்தியானம் வீட்டுக்காரர் எடுத்துவருவார்" என்று முந்தானையால் விசிறிக் கொண்டே சத்தமாகச் சொன்னாள். அவள் இன்று விடுப்பு கேட்டிருந்தால் கொடுத்திருக்கலாம் என்று நினைத்தபடி நகர்ந்தான்.

இயந்திரங்கள் தொடர்ந்து பேரிரைச்சலுடன் ஓடிக் கொண்டிருந்தன. மேலிருந்த அரவை இயந்திரம் ஓடுவது 'ஏன்? ஏன்?' என்று கேட்பதுபோலிருக்கும். வலைத் தொடர் இயந்திரம் திரும்பத் திரும்ப 'நான் ஓடறேன்டா ... ஓடறேன்டா ...' என்று கத்தும். அது சில சமயங்களில் பழைய திரைப்படப் பாடல்களின் பல்லவிகளையும் பாடும். அதிகக் கனமான அட்டைகள் தயாரிக்கும்போது 'போங்கடா, போங்கடா' என்று ராகத்தோடு இழுக்கும். காற்று மோட்டார்கள் அடி வயிற்றிலிருந்து கொல்லையில் குருவி ஓட்டுவதுபோல் 'ஓகோ' என்று கூவும். அதில் தண்ணீர் குறையும்போது குயில் கூவும்

ஓசை கிளம்பும். ஆனால் அது அபாய ஒலி. உடனடியாகத் தண்ணீரைத் திறக்க வேண்டும். அருகில் மேற்பார்வையாளர்கள் இல்லாவிட்டால் இந்தச் சத்தங்களைத் தாண்டி வேலையாட்கள் இரைந்து பேசுவார்கள். சில தொழிலாளர்கள் மட்டும் சுற்றிலும் அமைதி நிலவுவதைப் போல் மிகச் சாதாரணமாகத் தங்களுக்குள் கதைபேசிக்கொள்வார்கள். ஒருவருடன் ஒருவர் முழுமனத்துடன் உரையாடினால் வெளி ஓசைகள் மறைந்து விடும்போலும். சிலர் 'இரவில் தூக்கத்தில்கூட மெஷின் ஓடற மாதிரியிருக்குது' என்பார்கள்.

மூலையிலிருந்த வலிமையான அழுத்தும் இயந்திரத்திடம் வந்தான் மனோகரன். அதை மெருகேற்றுவதைப் போல் துடைத்துக்கொண்டிருந்தார், 'மாயக் கிருஷ்ணன்' என்று அவரில்லாதிருக்கும்போது அழைக்கப்படுகிற கிருஷ்ணன். அவர் "இன்னைக்குக்கூட வேலைவாங்குறீங்களே?" என்றார் எண்ணெய்க் கறை படிந்த கையை உயர்த்திச் சிரித்தபடி. இவர்தான் தொழிற்சாலையில் மூத்தவர். முக்கியமான இயந்திரத்தை ஓட்டுபவரும்கூட. அதனால் இந்தத் தொழிற் சாலையில் மறைமுகமாக இயங்கிக்கொண்டிருக்கும் தொழிற் சங்கத் தலைவராகத் தொழிலாளர்கள் அவரைத் தேர்ந்தெடுத் திருந்தார்கள். இன்னும் அவருடைய இயந்திரம் தன்னுடைய பணியை ஆரம்பிக்கவில்லை. ஒரு கட்டு அட்டைகள் வந்த பிறகு அது முடுக்கப்பட்டு ஓலமிடும். மனோகரன் அங்கு நின்றிருந்த தள்ளுவண்டியின் ஓரத்தில் உட்கார்ந்தான். இந்த அழுத்தும் இயந்திரத்தை வெளிமாநிலத்திலிருந்து வாங்கிவந்த புதிதில் திடீரென்று ஒரு நாள் அதன் இரும்புக் குழாய் அழுத்தம் தாங்காமல் உடைந்துபோனது. உள்ளிருந்த எண்ணெய் ஊற்று போல் கூரைவரை பீய்ச்சி அடித்தது. கிருஷ்ணனுடைய தலையிலிருந்து கால்வரையிலும்கூடக் கறுப்பு எண்ணெய் ஒழுகியது. 'அப்பாமேல் குழந்தை ஒன்றுக் கடித்து விட்டதாக' வேலை செய்யும் பையன்கள் கேலிசெய்தார்கள். உள்ளூரி லிருந்த மெக்கானிக்கை உடனே அனுப்பி வைத்தார் உரிமை யாளர். அந்த மெக்கானிக் மிகவும் திறமையாகக் குழாயை ஒட்ட வைத்துச் சரிசெய்துவிட்டார். தொழிற்சாலை தொடர்ந்து இயங்கியது. அன்று உற்பத்தி நடக்காமல் கழுவுவதும் துடைப்பது மாகப் பெரும் கொண்டாட்டமாயிருந்தது. அந்தக் கறுப்பு எண்ணெய் படிந்த தடம் சுண்ணாம்பு அடித்தும் போகாமல் கூரையில் மங்கலாக இன்னும் இருக்கிறது. சுவர்க் கடிகாரத் தைப் பார்த்துவிட்டு "டீ போடலாமா?" என்று கிருஷ்ணன் கேட்டார். தேனீர் இடைவேளைக்குக் கொஞ்சம் நேரமிருந் தாலும் "சரி, போடுங்க" என்றான் மனோகரன். வழக்கம் போல் பளபளவென்று துடைத்து மூலையில் வைத்திருந்த

மண்ணெண்ணெய் அடுப்பைக் கிருஷ்ணன் ஏற்றினார். அதன் மேல் பாலை ஊற்றிவைத்தார்.

இரண்டு வருடங்களுக்கு முன்புதான் தொழிலாளர் களுக்குக் காலையிலும் மாலையிலும் தேனீர் தருவது ஆரம்ப மானது. அதற்கு முன்னால் தேனீர் வழங்கப்பட்டதுமில்லை, தேனீருக்கான ஐந்து நிமிட இடைவேளையும் கிடையாது. இந்தத் தேனீருக்காகத் தொழிலாளர்கள் போராட்டம் நடத்தினார்கள். இதை 'டீ போராட்டம்' என்று மேற்பார்வை யாளர்கள் உள்ளூர மகிழ்ச்சியுடன் அழைத்தார்கள். முதலில் கிருஷ்ணனும் 'பல்லு' தண்டபாணியும்தான் நகரத்துக்குப் போய் ஒரு தொழிற்சங்கத் தலைவரைச் சந்தித்துப் பேசினார் களாம். அவரைக் கூப்பிட்டுப் பக்கத்திலிருந்த ஓடாத டூரிங் சினிமாக் கொட்டகையில் இரவில் லாந்தர் விளக்கு வெளிச்சத்தில் கூட்டம் போட்டார்களாம். இப்படித்தான் சங்கம் கட்டப்பட்டது என்று முதலாளிக்கும் மேற்பார்வை யாளர்களுக்கும் உள்காவலாளி நன்றி விசுவாசத்தால் பிறகு சொன்னார். கூட்டம் நடந்த மறுநாள் தொழிலாளர்கள் உள்ளே வேலைக்கு வராமல் தொழிற்சாலைக்கெதிரில் கூடி நின்றார்கள். இதனால் மனோகரன் அஞ்சி உடனே உரிமையாளருக்குத் தகவல் சொன்னான். அவர் வந்து தொழிலாளர்களுடன் பேச்சுவார்த்தை நடத்தினார். இதில் மாயக் கிருஷ்ணன்தான் தைரியமாக முன்னிருந்து தொழி லாளர்கள் சார்பாகப் பேசினார். பக்கத்திலிருந்து தண்டபாணி யும் சில வார்த்தைகளை எடுத்துக் கொடுத்தான். மற்றவர்கள் ஒருவருக்குப் பின்னால் ஒருவராக ஒளிந்திருந்தார்கள். ஐந்து ரூபாய்க் கூலி உயர்வு, ஞாயிறு விடுமுறைநாள் கூலி, தேனீருக் கான பணம் வழங்குதல் போன்ற கோரிக்கைகள் வைக்கப் பட்டன. இரண்டு ரூபாய் கூலி உயர்வு, தொடர்ச்சியாக வந்தால் விடுமுறைநாள் கூலி, தொழிற்சாலைக்குள்ளேயே டீ தயாரித்து வழங்குதல் ஆகியவற்றுக்கு உரிமையாளர் கடைசியில் ஒத்துக்கொண்டார். தொழிற்சாலைக் கணக்கில் மண்ணெண்ணெய் அடுப்பும் பாலும் பிறபொருட்களும் வாங்கிவந்து மறுநாள் கிருஷ்ணன் தேனீர் தயாரித்தபோது தொழிலாளர்கள் கைதட்டினார்கள். மனோகரனும் மற்ற மேற்பார்வையாளர்களும் அலுவல கத்துக்குள் வந்து உட்கார்ந்து கொண்டார்கள். இவர்களுக்கும் ஆளுக்கொரு தம்ளர் டீ சூடாக வழங்கப்பட்டபோது மிகவும் ஆசுவாசமாக இருந்தது. இதுதான் இந்தத் தொழிற்சாலையின் வரலாற்றில் தொழி லாளர்கள் துணிச்சலுடன் முதன்முதலாக நடத்திய போராட்டம்.

மற்றொரு வேலைநிறுத்தத்தின்போது தொழிற்சாலை தொடர்ந்து நாலைந்து நாட்களுக்கு மூடப்பட்டது. தொழிலாளர்களிடம் பயமிருக்க வேண்டும் என்பதற்காக முதலில் நடந்த போராட்டத்தில் தன்னை எதிர்த்துக் கேள்வி கேட்ட கிருஷ்ணனையும் தண்டபாணியையும் வேலையைவிட்டு எடுக்க வேண்டும் என்று உரிமையாளர் பிடிவாதமாயிருந்தார். அதை அடிக்கடி ஞாபகமூட்டிக் கொண்டிருந்தார். சில மாதங்கள் கழித்துப் பொங்கல் ஊக்கத் தொகை கொடுக்கப்பட்டபோது இன்னும் அதிகமாகத் தர வேண்டும் என்று தொழிலாளர்கள் வாங்க மறுத்தார்கள். அதனால் வழக்கறிஞர் நண்பர் ஒருவரிடம் உரிமையாளர் ஆலோசித்தார். வழக்கறிஞர் கூறியபடி கிருஷ்ணனுக்கும் தண்டபாணிக்கும் 'தொழிலாளர்களை வேலைசெய்யவிடாமல் தடுத்த காரணத்தால் வேலையிலிருந்து நீக்கப்படுவதாக'க் கடிதம் கொடுக்கப்பட்டது. அடுத்த நாள் அவர்களிருவரும் தொழிற்சாலைக்குள் நுழைய முடியாதபடி காவலாளியால் தடுக்கப்பட்டார்கள். தொழிற்சாலை வாயிலில் சிறிய குழப்பம் ஏற்பட்டது. ஏற்கெனவே உள்ளே வந்த சில தொழிலாளர்களும் வெளியேறி மற்றவர்களுடன் சேர்ந்து கொண்டார்கள். 'வேலையில் சேர்த்துக் கொள், சேர்த்துக்கொள் ...', 'ரெண்டு பேரையும் திரும்பவும் வேலையில் சேர்த்துக்கொள் ...' என்று கோஷங்களைப் புனைந்து கத்தினார்கள். 'வேலைக்கு வராதவர்கள் வேலைநீக்கம் செய்யப்படுவார்கள்' என்ற அறிவிக்கும் காகிதத்தைக் கதவில் ஒட்டியும் போராட்டம் தொடர்ந்தது. உரிமையாளருடைய செல்வாக்கால் இரண்டு போலீஸ்காரர்கள் தொழிற்சாலையின் பாதுகாப்புக்காகவும் தொழிலாளர்களைப் பயமுறுத்துவதற்காகவும் அனுப்பப்பட்டார்கள். அவர்கள் தொப்பிகளைக் கழற்றித் தலையைத் தடவியபடி லத்திகளுடன் நாளெல்லாம் வாயிலருகில் பெஞ்சு போட்டு அமர்ந்திருந்தார்கள்.

அந்த இரண்டு மூன்று நாட்களும் மனோகரனும் மற்ற மேற்பார்வையாளர்களும் அலுவலகத்துக்குள் சும்மா உட்கார்ந்து பொழுதுபோக்கினார்கள். ஒரு தடவை சீட்டுக் குலுக்கிப் போட்டும் விளையாடினார்கள். கொஞ்ச நாட்கள் பொறுத்துப் பார்த்த உரிமையாளர் ஒரு போலீஸ் அதிகாரியின் முன்னிலையில் பேச்சுவார்த்தை நடத்தத் தொழிற்சங்கத் தலைவரை அழைத்தார். அந்தத் தொழிற்சங்கத் தலைவர் முன்பொருமுறை சட்டசபைத் தேர்தலில் கட்சியில் சீட்டு கிடைக்காமல் சுயேச்சையாக நின்று பிணைத் தொகையையும் இழந்தவராம். அவர் "இரண்டு பேரையும் திரும்பவும் வேலையில் சேர்க்கணும். ஒன்றரை மாத போனஸூம் இந்த வேலை

நிறுத்தம் செய்த நாட்களுக்கு முழுக்கூலியும் தரணும்” என்பதைச் சளைக்காமல் தொடர்ந்து கூறிக்கொண்டிருந்தார். மிகவும் கோபமடைந்த உரிமையாளர் “ஒரு மாத போனஸ்தான் தர முடியும், இல்லாட்டி இழுத்து மூடிடுவேன்” என்றார். “எல்லோருக்கும் வயிறு இருக்குது. விட்டுக் கொடுத்துப் போங்க” என்று தன்னுடைய தொந்தியைத் தடவியபடி நடுவிலிருந்த போலீஸ் அதிகாரி பொதுவாகத் தெரிவித்தார். அட்டைகளுக் கான தேவைகள் அதிகமாயிருந்த தால் வேறுவழியில்லாமல் இருவரையும் வேலையில் சேர்த்துக் கொள்ள உரிமையாளர் மறுநாள் ஒத்துக்கொண்டார். இப்படியாக அனைவருக்கும் தொடர்ந்து நீண்ட விடுமுறை கிடைத்தது. ஆனால் அதை யாரும் நிம்மதியுடன் அனுபவிக்கவில்லை. தினமும் தொழிற் சாலைக்கு வந்து வேலை நேரம் முழுக்கக் காத்திருந்தார்கள்.

மனோகரன் தேனீரைக் குடித்துவிட்டுக் கட்டட வாயிலில் வந்து நின்றான். வெளியே பரந்த மைதானத்தில் கோடு இழுத்தாற்போல் வரிசையாக அட்டைகள் காய்ந்து கொண்டிருந்தன. அவற்றைத் திருப்பிப் போடுவதற்குச் சில பெண் தொழிலாளர்கள் சென்றுகொண்டிருந்தார்கள். அட்டைகளை எண்ணிச் சிப்பம் கட்டும் முருகேசன் அவர் களைப் பின்தொடர்ந்தான். கொஞ்ச நாட்களாகத் தன்னைக் கவனமாக அலங்கரித்துக்கொண்டு வேலைக்கு வரும் வள்ளியை நெருங்கினான். அவளுடைய நடை வளைந்து நெளிந்து தயங்கியது. இவர்களைக் கண்டுகொள்ளாமல் மற்ற பெண்கள் குனிந்து அட்டைகளைத் திருப்பினார்கள். வள்ளியின் தலையி லிருந்த கனகாம்பரப் பூச்சரம் வாடி வதங்கியிருந்தது. முருகேசன் அட்டைகளைப் பார்க்கும் பாவனையுடன் அவளிடம் எதையோ கூறினான். அவளுடைய முகத்தில் மின்னலைப் போல் வெட்கப் புன்னகை பளிச்சிட்டது. முருகேசன் தன்னுடைய பனியனுக்குள்ளிருந்து சிறு பிளாஸ்டிக் பொட்டலத்தை உருவி அவளிடம் கொடுத்தான். அதிலிருந்த பொருள் வெயிலில் மஞ்சளாக மினுமினுத்தது. அவள் அதை வாங்கி ஜாக்கெட்டுக்குள் திணித்துக்கொண்டாள். பிற பெண்கள் தலையுயர்த்தாமல் வேலைசெய்துகொண் டிருந்தார்கள். அவர்களிடம் முருகேசன் ஒப்புக்குப் பேசி விட்டுக் கழிவறைப் பக்கம் நடந்தான். மனோகரன் அவசர மாகத் திரும்பிப் பக்கத்திலிருந்த வெட்டு இயந்திரத்திடம் சென்றான். அதற்கப்பால் முருகேசன் வேலைபார்க்குமிடம் ஊசியும் பிளாஸ்டிக் கயிறும் மட்டும் கீழே கிடக்கக் காலியா யிருந்தது. மனோகரன் அவனைக் கண்டிக்க எண்ணினான். பிறகு சிறுமி போன்ற வள்ளியின் தாவணியுடுத்திய உருவத்தை

நினைத்துப் பரிதாபம் கொண்டான். அட்டைகளை வெட்டிக் கொண்டிருந்த வேலையாளின் கண்கள் மனோகரனை அர்த்தப் புன்னகையுடன் சந்தித்தன. இவனும் அதற்கு உடந்தைதான் போலும். வெட்டப்பட்ட அட்டை விளிம்புகள் சருகுகளைப் போல் கீழே உதிர்ந்துகொண்டிருந்தன. சற்று நேரத்தில் முருகேசன் ஒன்றும் தெரியாதவன்போல் லுங்கியை மடித்துக் கட்டியபடி வந்தான். அவனுடைய முழங்கையை அட்டைகளை வெட்டுபவன் விளையாட்டாக எட்டிப் பிடித்து மனோகரனுக்குக் காட்டினான். அதில் 'வள்ளி' என்ற எழுத்துகள் தாறுமாறாக ஆழக் கீறப்பட்டு மேலே நீலமாகப் பொருக்குக் கட்டியிருந்தது. "அவள இவன் வேலகூட முடிச்சிட்டான் சார்" என்றான் அட்டை வெட்டுபவன் உற்சாகத்துடன். வலி ஒரு பொருட்டல்ல என்பதுபோல் முருகேசன் பெருமையாகச் சிரித்தான். மனோகரன் "கைக்கு மருந்து போடு, புண்ணாயிடும்" என்றபடி அங்கிருந்து நடந்தான். இந்தத் தொழிலாளர்களுக்குத் தொழிற் சாலைதான் சுற்றியுள்ள உலகமாயிருக்கிறது. இதில் முடிந்தளவுக்கு மகிழ்ச்சியாயிருக்க விரும்புகிறார்கள். அதனால் தனிப்பட்ட வாழ்க்கை உறவுகளையும் இதற்குள் தேடுகிறார்களென்று மனோகரன் எண்ணினான்.

இயந்திரத்தின் வலையில் அட்டைகள் வேகமாக வெளிப்பட்டுக்கொண்டிருந்தன. பெண் மேற்பார்வையாளர் கால் மாற்றி ஓரமாக நின்றபடி கண்காணித்துக்கொண் டிருந்தார். கோவிந்தசாமியும் செங்கமலமும் அட்டைகளை இழுத்துத் தள்ளுவண்டியில் அடுக்கிக் கொண்டிருந்தார்கள். சிலசமயங்களில் அவர்களுடைய உடல்கள் இடித்துக்கொண்டன. ஒருவரையொருவர் மையலுடன் பார்த்துக் குசுகுசுவென்று பேசிச் சிரித்துக்கொண்டிருந்தார்கள். அவர்களுடைய கைகள் இயந்திரத்துக்கு ஈடுகொடுக்கவில்லை. ஒன்றிரண்டு அட்டைகள் தாறுமாறாக அடுக்கப்பட்டன. மனோகரன் நெருங்குவதைக் கண்டு அவர்கள் பேசுவதை நிறுத்தினார்கள். இருவரையும் வெவ்வேறு வேலைகளுக்கு மாற்ற அவன் எண்ணினான். ஆனால் ஜோடிப் பறவைகளைப் போன்றிருந்த அவர்களைப் பிரிக்க மனம் வரவில்லை. அருகில் சென்று கவனித்தான். மீண்டும் அவர்கள் இயந்திர கதியை அடைந்தார்கள். அவளுடைய முதுகில் பனித் துளிகளைப் போல் வியர்வை அரும்பியிருந்தது. செங்கமலம் தலையில் கனகாம்பரச் சரத்தைச் சொருகியிருந்தாள். அது இன்னும் வாடவில்லை. இவளும் வள்ளியும் ஒரே பூச்சரத்தைக் கிள்ளிப் பகிர்ந்துகொண் டிருக்கலாம். இவளுடைய கணவன் இரண்டு மூன்று வருடங்களுக்கு முன்னால் வேறொருத்தியுடன் ஓடிவிட்டான்

என்று மற்ற வேலையாட்கள் சொல்லியிருந்தார்கள். செங்கமலத்தைக் கோவிந்தசாமியும் இரசாயனம் கலக்கும் சங்கரனும் கூட்டாக வைத்திருப்பதாகவும் பேசிக்கொண்டார்கள். முன்பொருமுறை அவள் மேலுள்ள உரிமைக்காகச் சங்கரனும் கோவிந்தசாமியும் தொழிற்சாலை வாயிலில் மண்ணில் கட்டிப் புரண்டார்கள். பிறகு இருவரும் சமரசமாகி ஒன்றாக அவளிடம் நள்ளிரவுகளில் செல்கிறார்களாம். அதேபோல் ஈழ அகதியான சுந்தரியுடன் சின்ன கணேசன் தொடர்பு வைத்துக்கொண்டிருக்கிறான். மாலதியுடன் கண்ணபிரானும் சற்று வயதான லோகநாயகியுடன் சாத்தப்பனும் உறவு வைத்திருக்கிறார்கள். வரலட்சுமியை வாயிலிலிருந்து வெளியாள் ஒருவன் தினமும் சைக்கிளில் கூட்டிச் செல்கிறான். ஒரு நாள் அவனை உதைக்கப் போகிறார்கள். இந்தக் கதைகளை மனோகரனுக்கும் மற்ற மேற்பார்வையாளர்களுக்கும் ஓய்ந்த வேளைகளில் தொழிலாளர்கள் தேடி வந்து சொல்வார்கள். அவற்றைக் கேட்க மறுத்தாலும் அவர்கள் பாட்டுக்கு அனுபவித்துக் கூறிக்கொண்டிருப்பார்கள். அவை பெரும்பாலும் ஒன்றுக்கு இரண்டாகக் கற்பனை செய்யப்பட்டவையாக இருக்கும்.

தோல் துண்டுகளைத் சுத்தம்செய்யும் சுமதியை அட்டை களை அரைக்கும் குமரேசன் நீண்ட நாட்களாகக் காதலித்துக் கொண்டிருந்தான். சகதொழிலாளிகள் கூறியபடி கடந்த வருடம் அவள் வீட்டிற்கு முறையாகப் பெண் கேட்டும் போனான். அவன் தாழ்ந்த சாதி என்பதால் சுமதியினுடைய அண்ணன் "கொலை செய்து விடுவேன்" என்று கத்தியைக் காட்டி மிரட்டியிருக்கிறான். சில நாட்கள் கழித்து அவர்கள் வெளியூருக்கு ஓடிப்போய்க் கோயிலில் கல்யாணம் செய்து கொண்டார்கள். இருவரும் திரும்பி வந்ததும் குமரேசன் வீட்டில் ஏற்றுக்கொண்டார்கள். அவன் மீண்டும் வேலைக்கு வந்தான். அவனைச் சேர்த்துக்கொள்ள வேண்டாமென்று உரிமையாளர் சொல்லிவிட்டார். அவனுக்காகச் சங்கமும் போராட முன்வரவில்லை. பல நாட்களாகத் தொழிற்சாலை வாயிலில் காத்திருந்து வேலை கேட்டு அலுத்தான். பிறகு நகரத்திலிருந்த தோல் தொழிற்சாலை ஒன்றுக்கு அவன் சென்று விட்டதாகச் சொன்னார்கள். குமரேசனுக்கும் சுமதிக்கும் இப்போது பெண் குழந்தை பிறந்திருக்கிறதாம். அவளுடைய வீட்டிலும் பாசத்தால் குழந்தையை வந்து பார்த்தார்களாம். ஆனால் தொழிற்சாலைக்குள் யாரும் காதலித்துக் கல்யாணம் செய்துகொள்ளக் கூடாதென்ற உரிமையாளரின் கடும் உத்தரவு அமலில் இருந்தது.

மனோகரன் நடுவிலிருந்து பார்த்துக்கொண்டிருந்தான். வழக்கம்போல் உற்பத்தி உச்சத்தை எட்டியிருந்தது. அனைத்து இயந்திரங்களும் முழுவீச்சில் ஓடின. தொழிலாளர்களும் வேகமாக இயங்கிக்கொண்டிருந்தார்கள். எல்லா வேலைகளும் ஒன்றுடன் ஒன்று இணைந்து தொடரோட்டம்போல் மாறியிருந்தன. அந்த நிலையில் தொழிலாளர்கள் நினைத்தால் கூட நடுவில் நிறுத்த முடியாது. தனித் தனியான இயந்திரங்கள் சேர்ந்து ஒட்டுமொத்தமாக மாபெரும் இயந்திரத்தின் உறுப்புகளைப் போலிருந்தன. யாருடைய கட்டுப்பாடு மில்லாமல் தாமாக இயங்குவதாகத் தோன்றின. அவை திரும்பத் திரும்ப ஒரே ஒலியை எழுப்பிக்கொண்டிருந்தன. தொழிற்சாலை முழுவதும் மாற்றமில்லாத ஓசையில் மூழ்கியிருந்தது. அதைத் தொடர்ந்து கேட்டுக்கொண்டிருந்தால் இயந்திரம்போலாகி விடுவோம். பிறகு காதலும் போராட்டமும் அழிந்துவிடும். அவன் தலையை உதறிக்கொண்டான். தொழிலாளர்கள் இயந்திரங்களுடன் மிகவும் பழகிவிட்டதால் அவை போடும் சத்தங்களைக் காதில் வாங்கிக்கொள்வதில்லை என்று நினைத்தான்.

திடீரென்று இயந்திரங்களின் சீரான ஓட்டத்தில் அபசுரம் தட்டியது. மிதமிஞ்சிய அழுத்தத்தால் சக்கரங்களின் பட்டைகள் இழுபட்டுச் சத்தமிட்டன. அது அட்டைகள் தயாராகும் வலை இயந்திரத்திலிருந்துதான் கிளம்பியிருக்கும். அதைத் தொடர்ந்து கூக்குரல்கள் கேட்டன. வேலைசெய் பவர்கள் யாராவது இயந்திரத்தில் மாட்டிக்கொண்டிருக்கலாம் என்று மனோகரன் பயந்தான். அந்த இயந்திரத்தை நோக்கி விரைந்தான். சற்று நேரத்தில் மின்சாரம் தானாக நின்றது. எல்லாக் குழல் விளக்குகளும் மங்கி அணைந்தன. இயந்திரங் களெல்லாம் மெதுவாகத் தயங்கி நின்றன. தொழிலாளர்கள் வேலையை அப்படியே போட்டுவிட்டு வலை இயந்திரத்திடம் ஓடினார்கள். அது சக்கரங்கள் இறுகி அசையாமலிருந்தது. நீண்ட வலை கிழிந்து அங்கங்கே தொங்கியது. கீழே அட்டை கூழாக வெளிப்பட்டுச் சாணியைப் போல் குவிந்திருந்தது. பக்கத்தில் செங்கமலமும் கோவிந்தசாமியும் திகைத்து நின்றிருந் தார்கள். கணேசன் ஒன்றும் புரியாமல் பார்த்துக்கொண் டிருந்தார். அவருடைய திறந்த வாயில் செம்மண்ணைப் போல் போதைப் பாக்கு ஒட்டியிருந்தது. வலை இயந்திரத்தின் மற்ற தொழிலாளர்கள் தங்களை உயிர்தப்பியவர்களாகக் கற்பனை செய்து பேசிக்கொண்டிருந்தார்கள்.

அந்த இயந்திரத்தை மனோகரன் மெதுவாகச் சுற்றி வந்தான். வலைக் கண்ணிகள் பிய்ந்து கலைந்த தலையைப்

போலிருந்தது. உருளைகளுக்கிடையில் அரைகுறையாக உருவான அட்டைகள் பிதுங்கிக்கிடந்தன. எவ்வித இயக்கமும் இல்லாதிருந்தும் பின்புறத்திலிருந்து ஈர அட்டைத்துண்டு ஒன்று தொப்பென்று பிண்டம்போல் விழுந்தது. கணேசன் பிரக்ஞை வரப்பெற்று "இத நாங்க ஒண்ணும் பண்ணலை சார், நல்லா ஓடிட்டிருந்து நின்னுபோச்சு" என்றார். முன்பே அங்கு வந்திருந்த கிருஷ்ணன் "வலை பழசாயிருக்கலாம்" என்றார். செங்கமலமும் கோவிந்தசாமியும் வேகமாக இழுக்காததால் அட்டைகள் சிக்கியிருக்கலாம் என்று மனோகரன் சந்தேகித்தான். அவர்களிரு வரையும் நிமிர்ந்து பார்த்தான். செங்கமலத்தின் கண்களில் அழுகை முட்டிக்கொண்டிருந்தது. கோவிந்தசாமி தலைகவிழ்ந் திருந்தான். பிற தொழிலாளர்கள் ஒருவருக்கொருவர் தங்களுடைய இயந்திரங்களின் குறைகளைப் பகிர்ந்துகொண் டிருந்தார்கள். அது குழம்பி இரைச்சலாகி இயந்திரங்களிருந்து உருவானதைப் போலிருந்தது. அந்த வலை இயந்திரம் விபத்துக் குள்ளான வாகனத்தைப் போலிருந்தது. மற்ற இயந்திரங்கள் முட்டாள்களைப் போல் ஒன்றும் புரியாமல் நின்றிருந்தன. கிருஷ்ணன் "சார், இதச் சரிசெய்ய ரெண்டு மூணு நாளு ஆவும். அதுவரைக்கும் எல்லாருக்கும் லீவு விட்டுடுங்க" என்றார். தொழிலாளர்கள் அனைவரும் ஆர்வத்துடன் பதிலை எதிர் பார்த்துக்கொண்டிருந்தார்கள்.

இந்த வலை இயந்திரத்தைப் பழுது பார்க்கச் சில நாட்கள் பிடிக்கும் என்று மனோகரன் எண்ணினான். எங்கேயோயுள்ள இயந்திரத் தயாரிப்பாளரிடமிருந்து வேறு வலையை மிகுந்த விலை தந்து வரவழைக்க வேண்டும். ஆனால் அட்டைகளை உபயோகிக்கும் காலணி உற்பத்தியாளர்கள் பொறுக்கமாட்டார் கள். அவர்களுக்கு நிறையக் காலணிகளை வெளிநாட்டுக்கு ஏற்றுமதி செய்யும் தேவையுள்ளது. உரிமையாளர் மிகவும் பதற்றமடைவார் என்று எதிர்பார்த்தான். தொழிலாளர்களுக்கு வேலைசெய்யாத நாட்களுக்குக் கூலி தர முடியாது என்று எடுத்தவுடனே கூறுவார். அவருக்கு விஷயத்தைத் தெரிவிக்கப் பலமுறை முயன்றான். அவரைத் தொடர்புகொள்ள முடியா தென்ற தகவல்தான் வந்துகொண்டிருந்தது. கிருஷ்ணன் மீண்டும் "வேறு வழியில்லை சார்" என்றார். பழுதான இயந்திரத்தைச் சுற்றி இழவு வீட்டைப் போல் எல்லோரும் கூடியிருந்தார்கள். அவர்களை இனித் தொழிற்சாலைக்குள் அடைத்துக் கட்டுப் படுத்த முடியாது என்று நினைத்தான். தன்னையறியாமல் 'சரி'யென்று தலையாட்டினான். தொழிலாளர்கள் ஆராவாரத் துடன் கலைந்தார்கள். இயந்திரங்களையும் கருவிகளையும் கைகால்களையும் வேகமாகக் கழுவத்தொடங்கினார்கள்.

அப்புறமாகச் சந்திப்பதைப் பற்றிச் சத்தமாகப் பேசிக்கொண் டார்கள். உள்ளே காய்ந்த அட்டைகள் கொண்டுவந்து போடப் பட்டன. தொழிற்சாலை எங்கும் உற்சாகக் குரல்கள் மிதந்தன. அனைவரும் உடைகளை மாற்றிக் காலியாகாத சாப்பாட்டுத் தூக்குகளுடன் கும்பலாகக் கிளம்பினார்கள். பெண் மேற் பார்வையாளரும் அவனிடம் சொல்லிவிட்டு ஒரு வேலையாளின் சைக்கிளில் உட்கார்ந்து செல்ல அவசரமாக வெளியேறினாள்.

மனோகரன் தனித்து விடப்பட்டான். தொழிற்சாலைக்குள் மீண்டும் அமைதி வந்து குடிகொண்டது. அங்கே சற்று முன்பு தொழிலாளர்கள் கடுமையாக உழைத்துக்கொண்டிருந்தார்கள் என்பதை நம்ப முடியவில்லை. அனைத்து இயந்திரங்களும் தங்களுடைய பழைய ஜடத்தன்மையை அடைந்திருந்தன. அவற்றினிடையில் பழுதடைந்த இயந்திரம் மறைந்திருந்தது. உற்பத்தியான பொருட்கள் எந்த மதிப்புமில்லாமல் ஓரமாகக் கிடந்தன. நிழலைப் போல் அரையிருட்டு சூழ்ந் திருந்தது. எங்கோ அவ்வப்போது நீர்த்துளி திரண்டு மெதுவாகச் சொட்டிக்கொண்டிருந்தது. அதனுடன் இனம்புரியாத சத்தமும் அவன் காதில் விழுந்தது. அவன் உற்றுக்கேட்டான். சுற்றிலும் கவிந்திருந்த ஆழ்ந்த மௌனத்தின் அடியிலிருந்து பேரோசை எழுந்துகொண்டிருந்தது. அது இயந்திரங்கள் முழுவேகத்துடன் இயங்கும் ஒலிதான். எப்போதும் ஓயாதுபோல் பட்டது. மேலும் தாங்கிக்கொள்ள முடியாமல் வெளியில் வந்தான். ஆளற்ற மைதானமும் கொட்டகைகளும் வெறிச்சோடியிருந்தன. அவன் வாகனத்தைத் தள்ளிக்கொண்டு புறப்பட்டான். காவலாளி கதவுகளைத் திறந்து வணக்கம் வைத்தார். இரும்புக் கதவுகள் திரும்பவும் இறுக மூடிக்கொண்டன. அவற்றுக்குப் பின்னால் தொழிற்சாலை மாற்றமில்லாமல் நின்றிருந்தது. அதற்கு என்றும் விடுமுறை கிடையாது எனத் தோன்றியது.

●

அழிக்கவியலாத கறை

என் கண்கள் அடிக்கடி வாசல் பக்கம் பார்த்துக்கொண்டிருந்தன. எங்களுக்காக ஒதுக்கப் பட்டிருந்த அறையில் படுக்கையின் மேல் நீண்ட நேரமாக உட்கார்ந்திருந்தேன். ஊரடங்கி நள்ளிர வாகியும் அவள் உள்ளே வரவில்லை. இருள் வேகமாகக் கரைந்து எங்கும் வெளிச்சம் பரவி விடிந்துவிடும்போலத் தோன்றியது. நான் ஆவலுடன் எதிர்பார்த்திருந்த முதலிரவு தள்ளிப்போய்க் கொண்டிருந்தது. நீரோடையின் சலசலப்பைப் போல வெளியிலிருந்து அர்த்தம் புரியாத பேச்சுக் குரல்கள் காதில் விழுந்துகொண்டிருந்தன. அவளுடைய உறவினர்கள் என்னைப் பற்றித்தான் பேசிக்கொண்டிருப்பார்கள். அவர்கள் ஏதாவது காரணங்களைச் சொல்லி அவளைத் தடுத்து நிறுத்தவோ அல்லது முடிந்தவரை காலம் தாழ்த்தவோ முயலலாம். கூடத்துக்குச் சென்று மற்றவர்கள் எதிரில் அவளை அழைக்க எனக்குத் தயக்கமாயிருந்தது. அறைக்கு வரும் முன்புதான் அவளுடன் ஒன்றாக உட்கார்ந்து சாப்பிட் டிருந்தேன். அவள் எவ்வளவு நேரமானாலும் நிச்சயமாக வருவாளென்று உள்ளூர நம்பினேன். மூலையில் முக்காலியின் மேல் வெள்ளியாலான தண்ணீர்க் கூஜாவும் பழங்கள் நிரம்பிய தட்டும் வைக்கப்பட்டிருந்தன. கட்டிலில் புதிய படுக்கை விரிப்பு சுருக்கங்களில்லாமல் விரிந்திருந்தது. என் இமைகள் கனத்துக் களைப்புடன் கவிந்தன. அப்போது அவளது வெண்மையான உருவம் தெளிவாக நினைவுக்கு வந்தது. அவள் முகத்துக்கு

முன்னால் வந்து விழும் தாமிர வண்ண மயிர்க் கற்றைகள் கூடத் துல்லியமாகத் தெரிந்தன. அவளை உடனே பார்த்துப் பேசும் விருப்பம் மேலிட்டது. உயிர் ததும்பும் அவள் உடலைத் தொட்டுத் தழுவி வெம்மையையும் மென்மையையும் ஒருங்கே உணர வேண்டும். அவளை அணைத்துக்கொண்டு எவ்வித எண்ணங்களுமில்லாத நிம்மதியான உறக்கத்தில் ஆழ வேண்டும். அதையே நினைத்தபடி என்னையறியாமல் தூங்கிவிட்டேன்.

○

என் திருமணம் நடக்கவிருந்த மண்டபத்தை நேற்று அடைந்தபோது யாரையும் காணவில்லை. சமையல்காரர்கள், மேடை அலங்கரிப்பவர்கள், மேளக்காரர்கள் என ஒருவரும் வந்திருக்கவில்லை. என்னை மணக்கவிருந்தவளும் அவளுடைய வீட்டாரும்கூட இல்லை. என் விரல்கள் தாமாக மீண்டுமொரு முறை அவளுடைய எண்ணைத் தொடர்பு கொள்ள முயன்றன. அவள் கைபேசி எங்கள் நிச்சயதார்த்தம் நடந்து முடிந்த கொஞ்ச நாட்களாக அணைத்து வைக்கப்பட்டிருந்தது. என்னுடன் வாடகைப் பேருந்தில் வந்த உறவினர்கள் சிரித்துப் பேசிய படி மண்டபத்தினுள் நுழைந்தார்கள். பிள்ளைகள் எழுப்பிய விளையாட்டுக் கூச்சல்கள் கூரைகளில் மோதி எதிரொலித்தன. அலுவலக அறைக்குள்ளிருந்த மேலாளரிடம் சென்று பதிவுச் சீட்டைக் காட்டினேன். தங்கும் அறைகளின் தனித்தனியான சாவிகளை அவர் மேசை இழுப்பறையிலிருந்து எடுத்துக் கொடுத்தார். அவற்றை உடனே ஆளுக்கொன்றாக உறவினர்கள் வந்து வாங்கிக்கொண்டு சென்றார்கள். “நான் போய் சாமான்களை வச்சுட்டு வர்றேன்” என்று பெரியப்பாவும் மெல்ல நகர்ந்தார். அவர்தான் இறந்துவிட்ட என் அப்பாவுக்குப் பதிலாகத் திருமணச் சடங்குகளை நடத்திவைக்கப் போகிறவர். நீண்ட காலம் கழித்துச் சந்தித்த உறவினர்களுடன் என்னுடைய அம்மா ஆர்வமாகப் பேசியவாறு அவர்களை அழைத்துச் சென்றாள். அக்காக்கள் முகம் கழுவிக்கொண்டு வருவதாகச் சொல்லிப் பின்தொடர்ந்து போனார்கள். தனித்துவிடப்பட்ட நான் கைபேசியில் சமையல்காரரின் எண்ணைத் தேடி அழுத்தினேன். மறுமுனையில் இரண்டுமுறை நீளமாக மணியொலித்தும் பதிலில்லை. நான் மறுபடியும் முயன்று கொண்டிருந்தேன்.

கொஞ்ச நேரத்தில் வாகனமொன்று தடதடத்தபடி வாசலில் வந்து நின்றது. அதிலிருந்து சிறிய துளைகள் நிரம்பிய நீண்ட இரும்புக் கரண்டிகளுடன் சிலர் இறங்கினார்கள். முன்பக்கமிருந்து தோளில் சிவப்புத் துண்டுடன் ஒருவரும் இறங்கினார். நான் முன்பணம் கொடுத்து ஒப்பந்தம் செய்திருந்த சமையல்காரர் அவர்தான். அவசரமாக அவரை

நெருங்கி "எப்ப சமையல் ஆகும்?" என்றேன். அவரிடமிருந்து பல நாள் ஊறிய வெங்காயச் சாம்பார் நெடி வீசியது. "அதுக்கென்ன வேகமாச் செஞ்சுடலாம்" என்றபடி மண்டபத்துக்குள் நடந்தார். சற்று நேரத்தில் மற்றொரு வாகனம் வந்தது. அதில் வந்தவர்கள் என்னைக் கவனிக்காமல் அவர்கள் பாட்டுக்குப் பட்டியலைச் சரிபார்த்து மளிகைச் சாமான்களை இறக்கி இருப்பு அறைக்குள் கொண்டுபோய் வைத்தார்கள். பட்டத்தின் வாலைப் போன்றிருந்த அந்த நீண்ட பட்டியலை என்னிடம் தந்துவிட்டு மளிகைச் சாமான் காரர்கள் கிளம்பினார்கள். அதை அர்த்தமில்லாமல் கொஞ்ச நேரம் படித்துப் பார்த்துக்கொண்டிருந்தேன். நடுவிலேயே நிறுத்திவிட்டு மேடை அலங்கரிப்பவரைக் கைபேசியில் அழைத்தேன். நல்ல காலமாக "உடனே வர்றோம்" என்று பதில் வந்தது. பிறகு என்னை மணக்கவிருந்தவளிடம் பேசுவதற்குச் சிலமுறை முயன்றேன். அவள் கைபேசியிலிருந்து ஒலிக்கும் வழக்கமான இனிய மேலைநாட்டு இசைக்கீற்று கேட்கவில்லை. அதற்கான காரணங்களை யோசித்துப் பார்க்கையில் மனம் பேதலித்ததை உணர்ந்தேன்.

உணவுக்கூடத்தின் பெரிய மரக் கதவுகளைத் திறந்து கொண்டு உள்ளே நுழைந்தேன். அங்கிருந்த அலங்கோலமான காட்சி திகைக்கவைத்தது. நீண்ட வரிசையான மேசைகளில் சாப்பிட்ட தட்டுகளும் பிளாஸ்டிக் தம்ளர்களும் இன்னும் எடுக்கப்படாமலிருந்தன. கடைசியாக நடந்த விருந்தில் மாமிச உணவு பரிமாறப்பட்டது போலும். சதைத் துணுக்குகள் ஒட்டிய எலும்புத்துண்டுகளும் எண்ணெய் மினுக்கும் சோற்றுப் பருக்கைகளும் இறைந்திருந்தன. அங்கங்கே தண்ணீர் கொட்டி மேசை விரிப்பில் ஈரப்படலம் தெரிந்தது. அந்தக் கூடம் முழுக்க இறைச்சியும் மசாலாவும் கலந்த மணம் சூழ்ந்திருந்தது. அதன் ஆழத்தில் ஏதோ அழுகத் தொடங்கிய நாற்றம் தட்டுப் பட்டது. தட்டுகளையும் தம்ளர்களையும் ஒன்றுவிடாமல் அகற்றிவிட்டுத் தரையைக் கழுவித் தள்ளினாலும் காற்றிலுள்ள வாசனை மறைய நீண்ட நேரமாகும். இன்னும் கொஞ்ச நேரத்தில் வரப்போகிற பெண் வீட்டார் அதனால் மிகுந்த அருவருப்படையலாம். பதற்றத்துடன் அலுவலக அறைக்குச் சென்றேன். அங்குத் தொலைபேசியில் பேசிக்கொண்டிருந்த மேலாளர் 'என்ன?' என்பதுபோல் பார்த்தார். நான் பொறுமை யின்றிச் "சாப்பிடற இடம் இப்படி அசிங்கமாயிருக்கே?" என்றேன். அவர் "அது ஒண்ணுமில்ல, கம்பெனிக்காரங்க விருந்து தரக் கட்டாயப்படுத்திக் கேட்டாங்க . . . காலிபண்ண நேரமாயிடுச்சு. இதோ சுத்தம் பண்ற ஆளுங்க வருவாங்க" என்று மறுபடியும் தொலைபேசியில் பேச்சைத் தொடர்ந்தார். நான் வெளியில் வந்து குழப்பத்தோடு மீண்டும் சாப்பாட்டுக்

கூடத்தைப் பார்த்தேன். அது பெரிய போர் நடந்து முடிந்த களம்போல் தாறுமாறாகக் காட்சியளித்தது. சுவரில் பெரும் மின்பொருள் நிறுவனம் ஒன்றின் வண்ணச் சுவரொட்டி தொங்கியது. அந்த நிறுவனம்தான் பொருட்களை விற்கவும் ஆள்பிடிக்கவும் விருந்துக்கு ஏற்பாடு செய்திருக்கலாம். மாமிச உணவை ருசித்துச் சாப்பிடும்போது மிகுந்த மணமுடன் இருக்கிறது. அதுவே உண்ட பின்னால் ஆறிப்போய் அருவருப் பாக நாற்றமடிக்கிறது என்று நினைத்துக்கொண்டேன். “இன்னும் சுத்தம் பண்ணாம இருக்காங்களே?” என்றபடி பெரியப்பா அருகில் வந்தார். தொடர்ச்சியாகப் பீடி இழுப்பதால் அவருடைய கறுத்த உடம்பில் உதடுகள் வெளுத்தும் கன்னங்கள் ஒடுங்கியுமிருந்தன. பீடி பிடிப்பதற்காக அடிக்கடி கூட்டத்தின் நடுவிலிருந்து அவர் திடீரென மறைந்துவிடுவார். இப்போதும் அவர்மேல் காட்டமான வாடை குப்பென்று அடித்தது. அது பழக்கத்தால் என்னைப் பெரிதாக உறுத்தவில்லை. “கொஞ்ச நேரத்துல ஆளுங்க வர்றாங்களாம்” என்றேன். அவர் தட்டுகளை உற்றுப் பார்த்தபடி சமையலறைப் பக்கமாக நடந்தார். தனியாக நிற்கப் பிடிக்காமல் அவர் பின்னால் சென்றேன்.

சமையலறை அடுப்பில் அகன்ற பாத்திரத்தின் நீரிலிருந்து புகைபோல் ஆவி பறந்துகொண்டிருந்தது. மற்றொரு அடுப்பில் தலைமைச் சமையல்காரர் நின்றபடி நீண்ட கரண்டியால் வாணலியில் மாவைக் கிளறிக்கொண்டிருந்தார். கொஞ்சம் தவறினாலும் விரலை வெட்டிக்கொள்வதைப் போல் கூரிய கத்தியால் காய்களை மின்னல் வேகத்தில் இன்னொருவர் அரிந்துகொண்டிருந்தார். மூலையில் வெண்மையாகக் கழுவப் பட்ட அரிசி குன்றுபோல் குவிந்திருந்தது. இந்தச் சமையலை முடிக்க நீண்ட நேரமாகும் என நினைத்தேன். எனக்கு அடிவயிற்றில் பயம் மூண்டது. பெரியப்பா “எப்ப சமையல் முடியும்?” என்றார். “உங்க கலியாண வேலைகளைப் பாருங்க, இது தானா ஆயிடும்” என்றார் சமையல்காரர் அடுப்பிலிருந்து கண்களை எடுக்காமல். இருப்பு அறையில் ஏகப்பட்ட பிளாஸ்டிக் பொட்டலங்கள் பரப்பி வைக்கப்பட்டிருந்தன. எண்ணெய், பருப்பு, மிளகாய், உப்பு போன்ற பொட்டலங்க ளெல்லாம் இன்னும் பிரிக்கப்படாமலிருந்தன. பெரியப்பா உலர்ந்த திராட்சை இருந்த பையை எடுத்துக் கிழித்து நாலைந்து திராட்சைகளை வாயிலிட்டுச் சப்பினார். தலைமைச் சமையல் காரர் “கொஞ்சம் குங்குமப்பூ வேணும். போயி வாங்கியாந் திடுங்க . . .” என்றார். அது மிகவும் தேவையானதா என்பதில் எனக்குச் சந்தேக மேற்பட்டது. “நீ போ, நான் இங்கயிருந்து பாத்துக்கறேன்” என்று பெரியப்பா கனத்த கட்டிலிலிருந்து ஒரு பீடியை உருவியபடி குத்துக் காலிட்டு உட்கார்ந்தார். நான் வெளிப்பக்கமாக நகர்ந்தேன். இந்தக் குங்குமப்பூ இல்லா

விட்டாலும் சமையலில் பெரிய மாற்றம் ஏற்படப்போவதில்லை. அதை வெளியில் போய்ச் சுற்றியலைந்து வாங்க முடியாது.

மீண்டும் சாப்பாட்டுக் கூடத்துக்குள் நுழைந்தேன். அங்கு மண்டியிருந்த மாமிச நாற்றம் மறுபடியும் மூச்சுமுட்டவைத்தது. ஒரு பெண் வேலையாள் வந்திருந்து தட்டுகளையும் பிளாஸ்டிக் தம்ளர்களையும் வேகமாக எடுத்துக் கூடையில் போட்டுக் கொண்டிருந்தாள். அவள் வாயில் புகையிலையை அடக்கி யிருந்ததால் உதடுகள் செஞ்சாறு படர்ந்து ஈரத்துடனிருந்தன. மேசை விரிப்புகளின் மேல் அங்கங்குத் தட்டுகளிலிருந்து கொட்டப்பட்ட எலும்புகளும் தோல்களும் சேர்ந்து சிறு குவியல்களாக இருந்தன. ஒரே ஆள் அதையெல்லாம் துப்புர வாக்க நீண்ட நேரம் பிடிக்கும். நானும் அதில் ஈடுபட விரும்பினேன். என்னை யாராவது கவனிக்கிறார்களா எனச் சுற்றிலும் பார்த்துவிட்டுத் தட்டுகளையும் தம்ளர்களையும் எடுக்கத் தொடங்கினேன். அவள் என்னை ஒருமுறை திரும்பிப் பார்த்துவிட்டுப் பேசாமலிருந்தாள். அவளைப் போல் துரித கதியில் இயங்க முயன்றேன். எண்ணெய்ப் பிசுக்குப் படர்ந்த தட்டுகள் வழுக்கின. சில தட்டுகளில் துப்பப்பட்ட தசைகள் நைந்து பஞ்சைப் போல் கிடந்தன. கெட்டியான கால் எலும்புகள் முட்டுகளுடன் வெண்மையாகப் பளபளத்தன. சிலவற்றில் அம்மைத் தழும்புகளைப் போன்ற புள்ளிகளுடனிருந்த சுருண்ட தோல்கள் ஒதுங்கியிருந்தன. கீழே மெல்லிய சோற்றுப் பருக்கைகள் புழுக்களைப் போல் சிதறியிருந்தன. அந்தப் பெண் செய்ததைப் போல் தட்டுகளை ஒரு பிளாஸ்டிக் கூடையில் எடுத்து அடுக்கினேன். மற்றொரு பாத்திரத்தில் தண்ணீர் எஞ்சிய தம்ளர்களை நசுக்கிப் போட்டுக்கொண்டிருந்தேன். பிறகு எலும்புத்துண்டுகளுடனும் சதைத் துணுக்குகளுடனும் கிடந்த மேசை விரிப்பைச் சுருட்டி இன்னொரு கூடையில் போட்டேன். கைகளில் எண்ணெய்ப் பசையும் சோற்றுப் பருக்கைகளும் மசியைப் போல் ஒட்டியிருந்தன. அவை என் உடைகளில் படாதவாறு கைகளைத் தேவையற்ற உறுப்புகளைப் போல் தூரமாக நீட்டி வைத்திருந்தேன். மறுபடியும் குளித்தாலும் என்னிடமிருந்து இந்த வாடை போகாது எனப்பட்டது. என்னை மணக்கவிருந்தவள் ஞாபகம் வந்தது. அவளுடைய வாசனை மிகுந்த வெண்மையான உடலில் முகம் புதைத்து இவற்றை யெல்லாம் மறக்கத் தோன்றியது.

இப்போது கூடத்தின் மேசைகள் அனைத்தும் காலியான பரப்புகளுடன் காட்சியளித்தன. அந்தப் பெண்மணி என்னைப் பாராட்டுவதைப் போல் புன்னகையுடன் பார்த்தாள். பிறகு வெளியில் சென்று துடைப்பத்துடன் வந்து தரையையும் மேசை நாற்காலிகளையும் லாவகமாக வீசி அழுத்திப் பெருக்

கினாள். மூலையில் சோற்றுப் பருக்கைகளும் எலும்புகளும் கருமையாகத் திரண்டன. நான் வெறுமனே அவற்றைப் பார்த்துக்கொண்டிருந்தேன். நடுவில் யாரோ சிலர் எட்டிப் பார்த்துவிட்டு அவசரமாக நகர்ந்தார்கள். அந்தக் கழிவுக் குவியல்களை மற்றொரு கூடையில் அவள் வாரினாள். பின்னர் ஒவ்வொன்றாகக் கூடைகளை இழுத்துக்கொண்டு வெளியில் சென்றாள். கடைசியாகப் பிளாஸ்டிக் குழாய்ச் சுருளை எடுத்து வந்து கை அலம்பும் குழாய் ஒன்றில் மாட்டித் தண்ணீரைக் கீழே பரவச் செய்தாள். மறுபடியும் துடைப்பத்தை எடுத்துத் தரையைக் கழுவித் தள்ள ஆரம்பித்தாள். அந்தக் குழாயை எடுத்து எல்லா இடங்களிலும் நீரை அழுத்திப் பீய்ச்சிக்கொண்டு வந்தேன். அவள் அதே துடைப்பத்தால் மேசை நாற்காலிகளையும் தேய்த்தாள். இறுதியில் அவ்வளவு பெரிய கூடம் ஓரளவு சுத்தமாகத் தோன்றியது. அப்படியும் காற்றில் காரமான மாமிச மணம் பரவியிருந்ததை உணர்ந்தேன். பளபளத்த ஈரத் தரையில் மேசை நாற்காலிகளின் மங்கலான பிம்பங்கள் தலைகீழாகத் தெரிந்தன. அவள் கன்னத்தில் புகையிலைக் கட்டியை ஒதுக்கிக்கொண்டு வாயைத் திறந்தாள். "என்ன பிள்ள வீட்டுக்காரங்களா?" என்றாள். "எனக்குதான் கலியாணமே" என்றேன். அவள் துடைப்பக்கட்டையோடு கையை மோவாயில் வைத்து வியந்தாள்.

அங்கிருந்து பின்படிக்கட்டுகளின் வழியாக மேலேறினேன். ஆளற்ற கல்யாணக் கூடம் பெரும் சன்னல்களின் வழியாக வந்த வெளிச்சம் போதாமல் அரையிருட்டில் விரிந்திருந்தது. காலியான நாற்காலிகள் கலைந்து தாறுமாறாகக் கிடந்தன. மேடையை இருவர் அலங்கரித்துக்கொண்டிருந்தார்கள். வண்ணத்தாள்களும் பூக்களும் ஒட்டிய தட்டிகளை எடுத்து இருபக்கங்களிலும் கட்டினார்கள். மேடையிலேறி அவர்களிடம் "ஏன் இவ்வளவு நேரம்?" என்றேன். பற்களில் இடுக்கியிருந்த குண்டூசியை எடுக்காமல் "பொண்ணு வர்றதுக்குள்ள எல்லாம் முடிச்சுடுவோம்" என்று ஒருவர் சொன்னார். பின்புறம் வான் வெளியைப் போல் தொங்கவிருந்த நீலத்திரை கீழே மடிந்திருந்தது. பக்கத்தில் கூடைகளில் பூச்சரங்கள் சுருண்டிருந்தன. அங்கிருந்து கீழே பார்ப்பது நடக்கப்போகிற என் திருமணத்துக் கான ஒத்திகையைப் போலிருந்தது. சில மணி நேரம் கழித்து எதிரில் ஆட்கள் குழுமியிருப்பார்கள். மணமகள் வரவேற்பும் பிறகு திருமணமும் முன்கூட்டித் தீர்மானிக்கப்பட்டவை போல் நிறைவேறப்போகின்றன. அக்காவும் அம்மாவும் கை நிறையப் பொருட்களுடன் பரபரப்பாக மேலேறி வந்தார்கள். அக்கா என்னைப் பார்த்ததும் "நீ போயி தயாராகு" என்றாள். அம்மாவின் முகம் வேர்த்து ஒழுகிக்கொண்டிருந்தது. அவள்

என்னைக் கண்டுகொள்ளவில்லை. அக்காவிடம் அவள் தாம்பாளத்தைப் பற்றி அவசரத்துடன் விசாரித்துக்கொண் டிருந்தாள். படிகளிலிறங்கி நாற்காலிக் கூட்டத்தின் இடைவெளி வழியாக நடந்தேன். இன்னும் கொஞ்ச நேரத்தில் என் வாழ்க்கையின் முக்கியமான நிகழ்ச்சி நடக்கவிருந்தது. இனிமேல் அது தானாக நடந்தேறிவிடும். அதை மீண்டும் என்னால் மாற்றியமைக்க முடியாது.

மணமகனுக்காக ஒதுக்கப்பட்டிருந்த அறை உட்புறம் தாழிடப்பட்டிருந்தது. கதவை லேசாகத் தட்டினேன். “துணி மாத்திட்டிருக்காங்க இருங்க” என்று ஒன்றுவிட்ட மாமியின் மகளுடைய குரல் வந்தது. மூடிய கதவைப் பார்த்தவாறு அமைதியாகக் காத்திருந்தேன். கொஞ்ச நேரத்தில் அவள் கதவைத் திறந்து “ஓ, நீங்களா?” என்றபடி புன்னகையுடன் மேலும் அகலத் திறந்தாள். அவளை எனக்குக் கல்யாணம் செய்து வைக்கப்போவதாக முன்பு பேச்சு அடிபட்டுக்கொண் டிருந்தது. அதற்குள்ளாக நான் வேறொருத்தியைத் தேர்ந் தெடுத்துவிட்டேன். இன்னும்கூட அவளுக்குத் திருமணமாக வில்லை. அம்மா சொன்னவாறு அவளை நான் ஏற்றுக் கொண்டிருந்தால் இந்தச் சூழல் முழுவதும் வேறாக இருந்திருக்கும். உள்ளே அக்காவின் உறவுக்காரப் பெண்மணி சுவர்ப்புறமாகத் திரும்பிப் புடவையின் மடிப்புகளை இழுத்து விட்டுக்கொண்டிருந்தாள். அறைக்குள் கனத்த பவுடர் நெடி மிதந்தது. படுக்கையிலும் மேசையிலும் பெட்டிகளும் பூக்களும் துணிமணிகளும் இறைந்திருந்தன. மூலையில் கழிவறையுடன் இணைந்திருந்த குளியலறைக்குள் புகுந்தேன். கீழே ஈரத் தரையில் மண்ணும் சல்லி வேர்களைப் போல் நீண்ட மயிரிழைகளும் படிந்திருந்தன. ஒரு வாளி நீரைப் பிடித்துச் சுற்றிலும் ஊற்றி விட்டுச் சிறுநீர் கழித்தேன். முகத்தையும் கைகால்களையும் பலமுறை தேய்த்துக் கழுவிக்கொண்டு வெளியில் வந்தேன். “நேரமாகுதே, பொண்ணு வீட்டுக்காரங்க எப்ப வருவாங்க?” என்று பெரியம்மா கேட்டாள். “இன்னும் கொஞ்ச நேரத்துல வரலாம்” என்றேன் பொதுவாக. கட்டிலுக்கடியிலிருந்த என் புதிய பெட்டியைத் தேடித் திறந்தேன். பெண் வீட்டார் தந்திருந்த பகட்டான நீள அங்கியை எடுத்து ஓரமாக ஒதுங்கி உடுத்திக் கொண்டேன். அறையிலிருந்த பெண்கள் என்னை வினோத மாகப் பார்த்ததை உணர்ந்தேன். என்னுடன் திருமணம் செய்வதற்காகப் பேசப்பட்ட பெண் மாறாத புன்னைகை யுடன் நின்றிருந்தாள். பவுடரைப் பூசிக்கொண்டு அவசரமாக வெளியேறினேன்.

முன்புற வழியாக மண்டபத்தின் நுழைவாயிலை அடைந்தேன். பிள்ளைகள் ஓடிப்பிடித்து உற்சாகமாக

விளையாடிக்கொண்டிருந்தார்கள். அவர்களுக்கு இங்கு ஒளிந்து கொள்ள நிறைய ரகசிய இடங்கள் கிடைத்துக்கொண்டிருந்தன. அவ்வப்போது உறவினர்கள் வருகை தந்துகொண்டிருந்தார்கள். சிலர் என்னை நீண்ட காலம் கழித்துச் சந்தித்ததால் மகிழ்ச்சியுடன் நலம் விசாரித்தார்கள். ஒருவர் "பொண்ணு வந்தாச்சா?" என்று கேட்டுவிட்டுப் பதிலை எதிர்பார்க்காமல் சென்றார். நான் கைபேசியை எடுத்துப் பார்த்தபடி வெளியில் வந்தேன். இருபக்கமும் சாலை நீண்டிருந்தது. பெரியப்பா என்னருகில் வந்து "இன்னும் பொண்ணு வீட்டு ஆளுங்களைக் காணலையே?" என்றார். நான் பதிலளிக்காமல் கடிகாரத்தைப் பார்த்தேன். தூரத்து நகரத்தில் வசிக்கும் உறவினர்கள் குடும்பமாகக் கைகளில் பைகளுடன் வந்துகொண்டிருந்தார்கள். அவர்களை வரவேற்றவாறு மேலே கூடத்துக்குத் திரும்பினேன். அது இப்போது விளக்குகளின் வெளிச்சத்தால் மிகவும் பிரகாசமாயிருந்தது. அங்கங்கே சிறு குழுக்களாக ஆட்கள் அமர்ந்திருந்தார்கள். எங்கும் பேச்சுக் குரல்கள் கலவையாக எதிரொலித்துக்கொண்டிருந்தன. பலரிடமும் சென்று வணங்கிக் கைகுலுக்கினேன். இசைக் குழுவினர் உள்ளே வந்து கல்யாண மேடைக்குப் பக்கத்து மேடையில் இசைக் கருவிகளைப் பரப்பினார்கள். பெரிய டிரங்குப் பெட்டிகளைப் போன்றிருந்த ஒலிபெருக்கிகளைப் பார்வையாளர்களை நோக்கி வைத்தார்கள். ஒலி வாங்கியைத் தட்டிப் பரிசோதித்தார்கள். அது ஒரு தரம் பிசகாகத் திடீரென்று யானையைப் போல் 'பாங்' எனப் பிளிறியது. எனக்குப் பயத்தால் உடல் அதிர்ந்து அடங்கியது. அப்போதுதான் வந்திருந்த அக்காவின் கணவர் "என்னப்பா பொண்ணு வீட்டுக்காரங்க எப்பதான் வருவாங்க?" என்றார். மேடையிலிருந்து மிகவும் சத்தத்துடன் ஒரு சினிமாப் பாடல் வேறெதையும் கேட்கவொட்டாமல் ஒலிக்க ஆரம்பித்தது. அவருக்கு 'வருவாங்க' என்று சைகைகாட்டிவிட்டு நகர்ந்தேன்.

நான் படிக்கட்டில் நின்று கைபேசியின் பெயர்ப் பட்டியலைத் துழாவிக்கொண்டிருக்கையில் பெண் வீட்டார் வந்துவிட்டதாகப் பெரியப்பா வந்து சொன்னார். அவசரமாக வெளிவாயிலுக்கு விரைந்தேன். மண்டபத்தின் எதிரிலிருந்த கோயிலெதிரில் சில கார்களும் ஒரு பேருந்தும் நின்றிருந்தன. அருகில் பட்டாடைகளும் நகைகளும் பளபளக்கப் பெண் வீட்டார் நின்றிருந்தார்கள். பெண்ணின் அப்பாவைக் கண்டு வணங்கினேன். என் கண்கள் கல்யாணப் பெண்ணைத் தேடின. அவள் கோயிலுக்குள் ஒரு நாற்காலியில் முழு அலங்காரத்துடன் அமர்ந்திருந்தாள். என்னைத் திரும்பியும் பார்க்கவில்லை. ஆனால் அவள் நான் வந்ததை அறிந்திருந்தாள் என்பதை

எப்படியோ உணர்ந்தேன். எனக்கு அவளுடன் தனித்துப் பேச வேண்டும்போலிருந்தது. நான் மீண்டும் அவளைப் பார்த்தேன். பின்னால் வந்திருந்த மாமா தொண்டையைக் கனைத்துக்கொண்டு "ரொம்ப நேரமாயிட்டதால இந்தக் கல்யாணம் நடக்குமான்னு எல்லாரும் சந்தேகப்பட்டாங்க" என்றார் சிரித்தபடி. ஆனால் பெண்ணின் அப்பாவும் மற்ற உறவினர்களும் சிரிக்கவில்லை. பெண்ணின் அப்பா கடிகாரத் தைப் பார்த்துவிட்டுச் "சரியாத்தான் வந்திருக்கோம்" என்றார். மணப் பெண் ஒரு கணம் என்னைத் திடீரெனத் திரும்பிப் பார்த்தாள். என்மேல் தீப்பட்டதைப் போல் தோன்றியது. எனக்கும் மாமாவுக்கும் தொடர்பில்லை என்பதுபோல் அவரிடமிருந்து விலகி நின்றேன். மேளதாளங்களுடன் தட்டு வரிசைகளையேந்தி அக்காக்களும் பெரியப்பாவும் பிற உறவினர்கள் சூழ வந்துகொண்டிருந்தார்கள். கோயிலில் சடங்குகள் முடிந்ததும் நானும் மணமகளும் கழுத்தில் மாலை களுடன் ஊர்வலமாக மேடைக்குச் சென்றோம். எங்களுடைய அசைவுகளை ஒன்று விடாமல் புகைப்படக் கருவிகள் தொடர்ந்து பதிவுசெய்துகொண்டிருந்தன. அனைவர் கண்களும் கவனித்துக் கொண்டிருந்ததைப் போன்ற உணர்வு உடலெங்கும் ஓடிக் கொண்டிருந்தது.

இசைக்குழுவின் சத்தத்தால் கல்யாணக் கூடமே பெரிய வாத்தியக் கருவிபோல் அதிர்ந்துகொண்டிருந்தது. தெரிந்தவர் களும் தெரியாதவர்களும் தொடர்ந்து கையைப் பற்றிக் குலுக்கி வாழ்த்துகளைத் தெரிவித்துக்கொண்டிருந்தார்கள். அவர் களுடைய குரல்களும் என் காதில் அரைகுறையாகத்தான் விழுந்தன. வீடியோ, புகைப்படக் கருவிகளின் வெளிச்சம் கண்களைக் கூசவைத்தன. எல்லாம் ஓய்ந்ததும் நானும் அவளும் அரசர்கள் காலத்து அரியணைகளைப் போன்றிருந்த நாற்காலி களில் உட்கார்ந்தோம். நான் அவளை உற்று நோக்கினேன். அவளும் என்னை ஏறெடுத்துப் பார்த்தாள். அப்போது அவள் முன்பின் அறிமுகமற்ற புதியவளாகக் காட்சியளித்தாள். அவள் கண்களிலிருந்து எதையும் கண்டுபிடிக்க முடியவில்லை.

முதல் கேள்வியாக "உன் செல்போன் என்னாச்சு?" என்றேன்.

"என் வீட்டுல பிடுங்கிவைச்சுட்டாங்க..." என்றாள் மீண்டும் தலைகுனிந்தபடி.

"எவ்வளவுதரம் உன்கிட்ட பேச முயற்சி பண்ணினேன் தெரியுமா?" என்றேன்.

"நான் என்ன செய்ய முடியும்?" என்றாள் அவள்.

ஒரு பழைய திரைப்படப் பாடலை இசைக்குழுவின் பெண் குரல் உருக்கத்தோடு பாடியது. "ஏம்மா போய்ச் சாப்பிடலாம்மா" என்று அவளுடைய உறவினர் யாரோ அழைத்தார்கள். "சரி, வா போகலாம்" என்றவாறு நானும் மாலையைக் கழற்றி வைத்துவிட்டு அவளுடன் நடந்தேன்.

சாப்பிட்டு முடித்துத் தனியாக அறைக்கு வந்ததும் அணிந்திருந்த ஆடையை முதலில் களைந்தேன். கழிவறைக்குப் போய்விட்டுக் கட்டிலில் விழுந்தேன். விளக்குகளை அணைத்த பின்பும் உறக்கம் வராமல் தரையில் உருண்டுகொண்டிருந்த பெண்கள் தொடர்ந்து பேசிக்கொண்டிருந்தார்கள்.

"இந்த இடம் வேணாம்னு முதல்லே சொன்னேன், இவங்க மேல் சாதிக்காரங்க, அதுவும் பணக்காரங்க..." என்றது அம்மாவின் குரல்.

"பொண்ணு வீட்டுக்காரங்க ரொம்ப ஆணவம் பிடிச்சவங்களா இருக்கறாங்க" என்றாள் அம்மா மீண்டும்.

"மெதுவாப் பேசும்மா, அவங்க காதுல விழப்போகுது" என்றேன்.

"ஆமாம்மா, அவங்க சரியாக்கூடச் சாப்பிடலை" என்று மூலையிலிருந்து அக்கா பேசினாள்.

"நம்ம கௌரவத்துக்குக் கல்யாணம் பண்ணவாவது ஒத்து கிட்டாங்களே?" என்று அம்மாவின் குரல் கம்மியது.

"அதான் எல்லாம் முடிஞ்சுப் போச்சே, இப்ப என்ன பண்றது?" என்றாள் பெரியம்மா சமாதானக் குரலில்.

நான் குரல்களற்ற பக்கமாகத் திரும்பிப் படுத்தேன். எதையும் பேச விரும்பாமல் கண்களை மூடினேன். நான் மணந்துகொள்ள விருந்தவளுடன் ஒன்றாக வெளியூரில் வேலை செய்தபோது ஒருமுறை கடற்கரை விடுதிக்குப் போனது ஞாபகம் வந்தது. அவளுடன் சேர நீண்ட நாள் ஆசையால் கெஞ்சினேன். அவள் "அது வேணாம்" என்று பிடிவாதமாக மறுத்தாள். பிறகு அவளுடைய ஆடைகளைக் களைந்து பாலேடு போன்ற சருமத்தை வருடிக்கொண்டிருந்தேன். உள்ளே மறைந்திருந்த உறுப்புகள் மிகவும் வெண்மையுடன் வெளிப்பட்டதைக் கொஞ்ச மும் நம்ப இயலவில்லை. நெடுநாட்களாகத் தெரியாதிருந்த பெரும் ரகசியமொன்றை அறிந்தவன் போலானேன். மறுநாள் அவளிடம் தயங்கியவாறு "நாம கல்யாணம் பண்ணிக்கலாமா?" என்று கேட்டேன். "என் வீட்டுல ஒத்துகிட்டா செய்துக்கிறேன்" என்றாள் மிகச் சாதாரணமாக.

இருள் விலகுவதற்கு முன்பாக அதிகாலையில் யாராலோ எழுப்பப் பட்டேன். விளக்கு வெளிச்சம்பட்டுக் கண்கள்

அருகில் வந்த கடல்

நெருப்பாக எரிந்தன. "முகூர்த்தத்துக்கு நேரமாவது போய்க் குளிச்சுட்டு வா" என்றாள் பெரியம்மா. அம்மாவும் மற்ற பெண்களும் தலைசீவிக்கொண்டிருந்தார்கள். மூலையில் மாமி பட்டுப் புடவையை உடுத்தி நீவிக்கொண்டிருந்தாள். அவளுடைய பெண் கண்ணாடியைப் பார்த்துக் கவனமாகப் பொட்டு வைத்துக்கொண்டிருந்தாள். அந்தக் கண்ணாடியின் வழியாகவே என்னை நோக்கிச் சிரித்தாள். நானும் பிரதி பிம்பத்தைப் பார்த்துப் பதிலுக்கு அரைகுறையாகப் புன்னகைத்து விட்டுக் கண்களைக் கசக்கியபடி சாத்தியிருந்த கழிவறையைத் திறந்து நுழைந்தேன். அங்கிருந்த சிறுநீரும் மலமும் கலந்த நெடி அப்போதுதான் தூங்கியெழுந்த புத்துணர்ச்சியுடனிருந்த என்னைப் பலமாக அறைந்தது. கீழே கழற்றிப் போட்டிருந்த வாடிய மல்லிகைச்சரம் பாம்பைப் போல் மெத்தென்று காலில்படவும் பயந்து உதறினேன். உள்ளேயிருந்த விளக்கின் சுவிட்சைத் தேடிப் போட்டேன். மலம் கழிக்கும் பேசினில் நீர் ஊற்றப்படாமல் மலம் நுரைத்துப் பொங்கிக்கொண்டி ருந்ததைக் கண்டு திகைப்படைந்தேன். பலரும் மலங்கழித்துப் பேசின் கழுத்துவரை நிறைந்திருந்தது. கீழே கால் வைத்து நடக்க முடியாமல் தரையில் களிமண் கட்டிகளாகச் சிதறி யிருந்தது. அங்கங்கே பக்கச் சுவர்களில் தெறித்து மஞ்சளாக உறைந்திருந்தது. பேசினின் திறந்திருந்த மூடியிலும் அட்டையாக ஒட்டியிருந்தது. அப்போதுதான் கழித்த ஈரப் பளபளப்புடன் செவ்வரிகளோடியிருந்தது.

உடனடியாக அறையிலிருந்தவர்களைத் திட்டும் வார்த்தைகள் விஷம்போல் உருவாயின. இந்த நாற்றம் வெளியில் எப்படி எட்டாமல்போனது என்றும் தெரியவில்லை. பிறகு கோபத்தை அடக்கியவாறு அமைதியாக நின்றேன். என்னுடைய அம்மாவும் உறவினர்களும் பழக்கமின்மையால் செய்திருக்கலாம். அல்லது கல்யாணத்துக்குத் தயாராகும் அவசரமாகவும் இருக்கலாம். இன்னும் விடியாத இருட்டும் காரணமாகலாம். எல்லா வற்றுக்கும் மேலாக இவற்றை யெல்லாம் பொருட்படுத்த வேண்டியதில்லையெனக் கருதி யிருக்கலாம். சற்று நேரம் கண்களை அழுத்தி மூடியிருந்தேன். சுற்றிலும் சூழ்ந்திருந்த நாற்றம் கலந்த காற்றைச் சுவாசிக்க முடியாமல் மூச்சுத் திணறி மயக்கம் வரும்போலிருந்தது. என் உடல் கட்டுப்பாடில்லாமல் அதிர்ந்து கொண்டிருந்தது. காலியான அடி வயிற்றிலிருந்து குடல் சுருண்டு மேலேறி வாந்தியாக வெளிப்பட்டுவிடும் எனப் பயந்தேன். என்னை யறியாமல் வாயிலிருந்து கசந்த எச்சில் ஊறிக் கண்ணாடிக் குழாயைப் போல் வழிந்தது. கண்களிலிருந்து நீர் பீறிட்டுத் தாரையாக ஒழுகியது. இந்த நாற்றம் வாழ்க்கை முழுவதற்கும்

ஞாபகம் கொள்ளப் போதுமானதாயிருக்கும் என்று பட்டது. என்னையே நினைத்து அருவருத்தவாறு சுவரைப் பிடித்தபடி நின்றிருந்தேன். அந்த இடத்தைச் சுத்தப்படுத்தாமல் என்னால் குளிக்க முடியாது. இந்தக் காரணத்துக்காகத் திருமணத்தைக்கூட நிறுத்திவிடலாம் என்கிற எண்ணம் ஒரு கணம் வந்து சென்றது.

நான் பின் வாங்குவதில்லை என்ற தீர்மானத்துடன் கதவை உட்புறமாக மூடித் தாழிட்டேன். மூச்சை இழுத்து அடக்கிக்கொண்டு நகர்ந்து தண்ணீர்க் குழாயைத் திறந்தேன். என் கால் விரல் இடைவெளிகளில் மலம் அழுந்திச் சேற்றைப் போல் பிதுங்கியது. கீழே உருண்டுகிடந்த சிறு பிளாஸ்டிக் பாத்திரத்தை எடுத்து வாளியில் கொட்டிய நீரை அள்ளிப் பேசினிலும் தரையிலும் வீசினேன். அதையே கொஞ்ச நேரம் தொடர்ந்து செய்துகொண்டிருந்தேன். அருவருப்பு மெல்லக் குறையத் தொடங்கியது. மலம் என்பது எல்லாருடைய உடலி லிருக்கும் கழிவுதான். என்னால் இப்போது மலத்தை நேருக்கு நேராகப் பார்க்க முடியும். எவ்வித எண்ணமுமின்றி அதைக் கழுவவும் இயலும். நான் நாற்றத்தை நுகராத வெறுமை நிலையை அடைந்தேன். எல்லா இடங்களிலுமிருந்த மலத்தை உற்றுக் கவனித்தேன். அவற்றில் நீர் பரவி ஊறியிருந்தது. மூலையில் சாய்ந்துகிடந்த பிளாஸ்டிக் துடைப்பானை எடுத்தேன். அதன் பிடியில் அப்பியிருந்த மலம் கையில் பசையைப் போல் ஒட்டியது. நான் அதைப் பற்றிக் கவலைப்பட வில்லை. முதலில் சுற்றியிருந்த சுவர்களின் மீது நீரை இறைத்துத் தேய்த்தேன். அவற்றிலிருந்த மலமும் கறைகளும் அழுக்கும் குழியில் கரைந்தோடின. பிறகு பேசினின் குழாயைத் திறக்க முயன்றேன். அது உட்புறமாக உடைந்து சத்தமிட்டதால் நீர் வெளியில் வரவில்லை. பேசினில் நீரைக் கொட்டித் துடைப்பானால் சுழற்றினேன். உள்ளே அடைத்திருந்த மலம் கடகடவென்ற ஓசையுடன் சுழித்திறங்கிச் சென்றது. சுற்றி ஒட்டியிருந்த மஞ்சள் படிவத்தை மேலும் கீழுமாக அழுத்தித் தேய்த்தேன். பீங்கானின் வெண்மை லேசாகத் துலங்கித் தெரிந்தது. அதன் மேலிருந்த நாட்பட்ட மலத்தின் கறுத்த கறைகள் மட்டும் மாறாமலிருந்தன. நான் மிகுந்த திருப்தியை அடைந்தேன். உள்ளூரப் பெரும் சகிப்புத்தன்மையைக் கொண்டிருந்ததை உணர்ந்தேன். என் உள்ளமும் துடைக்கப் பட்டுச் சுத்தமாகிவிட்டது. மணமகளின் ஞாபகம் உடனடியாக வந்தது. இவையெல்லாம் என்னவென்று அறியாத தூரத்தில் அவளிருந்தாள். அவளுடைய நளினமான கையை என் அசுத்த மான கையால் பற்றிக்கொள்ள வேண்டுமெனத் தோன்றியது. அப்போது இந்த அழுக்கானது மிகவும் தெளிவாகத் தெரிய வரும். "சும்மா தண்ணியை ஊத்திட்டிருக்காம வெளியில

அருகில் வந்த கடல்   ➤ 113 ◄

வா" என்று பெரியம்மாவின் குரல் கேட்டது. அரைகுறையாகக் குளித்து முடித்து வெளியில் வந்தேன்.

முகூர்த்த நேரம் நெருங்கிக்கொண்டிருந்தது. அவசரமாக உடையணிந்து மணமேடைக்குச் சென்றேன். அங்கு எல்லோரும் எனக்காகக் காத்துக்கொண்டிருந்தார்கள். கீழே கூட்டத்தில் என் சொந்தக்காரர்களின் முகங்கள் மட்டும் மிகவும் தனித்துத் தெரிந்தன. மேடைமேல் பெரும்பாலும் பெண்ணின் உறவினர்கள் தான் கூடியிருந்தார்கள். அவர்கள் என்மேல் சட்டையைச் சம்பிரதாயப்படி கழற்றச் சொன்னார்கள். நான் கொஞ்சம் முரண்டு பிடித்த பிறகு அவிழ்த்தேன். பெண் வீட்டார் முறையில் பலவிதமான சடங்குகள் ஒவ்வொன்றாக நடந்தேறின. தடுமாறிக் கொண்டிருந்த புரோகிதருக்கு அவர்கள் ஆசிரியர்களைப் போல ஒன்றாகச் சேர்ந்து அவற்றைச் சொல்லிக்கொடுத்துக் கொண்டிருந்தார்கள். நான் பலமுறை சடங்குகளைத் தவறாகச் செய்ததால் திரும்பவும் சரியாக வரும்வரை செய்ய வற்புறுத்தப் பட்டேன். அது எனக்கு முதலில் வேடிக்கையாகவும் பிறகு சற்று அவமானமாகவுமிருந்தது. அருகில் மணமகள் தலைகுனிந்து அமர்ந்திருந்தாள். நான் அவளிடம் பேச விரும்பினேன். இந்தத் திருமணம் நடப்பதற்காக மிகவும் கஷ்டப்பட்டிருக்கிறேன். உணவுக் கூடத்தையும் கழிவறையையும் நாற்றத்தைச் சகித்துக் கொண்டு தூய்மைப்படுத்தியதை எப்படியாவது சொல்லிவிட விரும்பினேன். நான் மேலானவன் என்பதை அவளுக்கும் அவளைச் சேர்ந்தவர்களுக்கும் காட்ட வேண்டும். மற்றவர் களுக்காகத் துன்பமேற்கும் குணம் எனக்குள் பொதிந்திருக் கிறது. ஆனால் எப்போதும் எங்களருகில் காவலுக்கிருப்பதைப் போல் யாராவது இருந்துகொண்டிருந்தார்கள். சுற்றிலும் குரல்கள் ஒலித்துக்கொண்டிருந்தன. புகைப்படக் கருவிகளின் கண்கள் விரிந்து விழித்துப் பார்த்துக்கொண்டிருந்தன. எங்களுக்குள் ஒரு வார்த்தையும் பேசிக்கொள்ள முடியவில்லை. கடைசியில் கெட்டிமேளம் முழங்க மௌனமாக அவளுடைய கழுத்தில் தாலியைக் கட்டினேன்.

❍

அவளுடைய பாரம்பரிய வீட்டின் அறைக்குள் எவ்வளவு நேரம் தூங்கியிருந்தேன் எனத் தெரியவில்லை. ஆனால் மிகச் சரியாக அவள் உள்ளே நுழைந்து கதவைத் தாழிடுகையில் விழித்துக்கொண்டேன். நிலைவாசப்படி முன்னால் அவள் முழு அலங்காரத்துடன் பெரும் சுடராக ஒளிர்ந்தாள். இரவு நெடுநேரமாகியிருக்கலாம். என் உறக்கம் முற்றிலுமாகக் கலைந்து விட்டது. அதுவரை நடந்தவையெல்லாம் கெட்ட கனவுகளாக மறைந்து புதிய வாழ்க்கை தொடங்கப்போகிறது. நான் எழுந்து

சென்று அவளை அணைத்துக்கொண்டேன். "நமக்குக் கல்யாணமாகிட்டதை நம்ப முடியலை" என்று அவள் காதில் கிசுகிசுத்தேன். அவள் பதிலுக்குப் புன்னகைத்தாள். அவளைத் தழுவியவாறு நடத்திச்சென்று கட்டிலில் படுக்க வைத்தேன். "விளக்கு எரிஞ்சிட்டிருக்கு . . ." என்று அவள் செங்குழம்பு பூசிய விரலை நீட்டிச் சொன்னதை நான் பொருட்படுத்த வில்லை. அவள் மேலிருந்த விலையுயர்ந்த ஆபரணங்கள், ஆடைகள் அனைத்தையும் ஒவ்வொன்றாகக் களைந்தெடுத்தேன். உள்ளே வெண்மையான உடல் வெளிச்சத்தில் பளிங்குபோல் பளபளத்தது. நீண்ட கைகால்கள் சந்தன மரத்தால் கடைந் தெடுக்கப்பட்டவை போலிருந்தன. குளத்திலிருக்கும் மலர்களின் அடிப்பகுதியைப் போல் மார்பகங்கள் மேலும் வெளுத்திருந்தன. அடி வயிறு குழைந்து அதில் மென்மையான முடிகள் பசுந்தளிர் களைப் போல் படர்ந்திருந்தன. இந்த நிறம் மூதாதையர்களின் வழியாகப் பரம்பரையாகத் தொடர்ந்து வருவது போலும். அதை அனுபவிக்கும் தாபத்துடன் அவளுக்குள் புதைந்தேன்.

என்னுடல் அவள்மேல் முழுமையாகக் கவிந்தது. என் அங்கங்களெல்லாம் அவளுடைய உறுப்புகள் ஒவ்வொன்றுடனும் சீராகப் படிந்தன. அவளுடைய பிறப்புடன் இயற்கையா யிருந்ததைப் போன்ற அபூர்வமான மணம் மேலெழுந்து கமழ்ந்தது. அதை ஆழமாகச் சுவாசித்து நெஞ்சில் நிறைத்தபடி மிகவும் வேகமாக உச்சமடைந்து கொண்டிருந்தேன். அவளும் பின்தொடர்ந்து வந்துகொண்டிருந்தாள் என்றுதான் எண்ணி னேன். கீழிருந்த அவளுடைய கருவிழிகள் மேலே செருகிப் பாதி மூடிய கண்கள் பிறைநிலவுகளைப் போலிருந்தன. அவை இறந்தவர்களின் முழுதாக மூடப்படாத கண்களைப் போலும் காணப்பட்டன. அவளின் முகம் திடீரெனச் சலனமடைந்து சுருங்கியது. துர்நாற்றத்தைச் சுவாசிக்க நேர்ந்ததுபோல் நாசி சுளித்தது. அவள் ஒவ்வாமையுடன் பிரிந்து விலகிச் சென்றதைப் போல் தோன்றியது. என் உடலின் பகுதிகள் பிடிப்பின்றித் தளர்ந்தன. நான் வானில் பறந்து சென்றுகொண்டிருக்கையில் அடிபட்டுக் கீழே காற்றில் சுழன்று விழுவதைப் போல் உணர்ந்தேன். அவளிடமிருந்து மெல்லப் புரண்டு களைப்புடன் திரும்பிப் படுத்துக்கொண்டேன். மறுபுறம் அவள் அரை மயக்கத்திலிருந்து நழுவித் தூக்கத்தை அடைந்திருப்பாள் என நினைத்தேன். நான் உறக்கம் வராமல் கண்களைத் திறந்தபடி படுத்துக்கொண்டிருந்தேன். அப்போது அழுகிய மாமிசத்தி னுடையதும் கழிவறை மலத்தினுடையதுமான மறந்திருந்த நாற்றம் ஞாபகத்துக்கு வந்தது.

●

ஒளிந்து கண்டுபிடிக்கும் விளையாட்டு

அவர்கள் இறுதிப் பரீட்சை எழுதிய மையமான பெரிய பள்ளியின் தாழ்வாரம் காலியாயிருந்தது. அதில் கோபியும் கலைவாணியும் சிரித்தபடி விளையாடிக் கொண்டிருந்தார்கள். அவள் அகப்படாமல் முன்னால் ஓடிக்கொண் டிருந்தாள். அவன் விடாமல் துரத்திக்கொண் டிருந்தான். அவளைத் தொட வேண்டுமென்ற ஆசையில் வேகமாகப் பாய்ந்து கடைசியில் அவளுடைய கையைப் பிடித்தான். அது இளங்குருத்தைப் போல் சில்லென்றும் சிறுத்து மிருந்ததை முதன்முறை முழுமையாக உணர்ந்தான். அவள் கையை உருவிக் கொண்டு மீண்டும் தப்பிக்க முயற்சித்தாள். கண்ணாடி வளையல்கள் உடைந்து சிதறிவிடுபவை போல் குலுங்கின. அவளை வென்ற பெருமிதத்தில் கையைக் கெட்டியாகப் பற்றிக் கொண்டிருந்தான். இருவரும் இணைந்து சிரித்தது உயர்ந்த கூரையில் மோதி எதிரொலித்துப் பள்ளிக் கட்டடம் இறுக்கம் கலைந்து சிரித்ததைப் போலிருந்தது. அவன் அடக்க முடியாத மகிழ்ச்சி யில் தொடர்ந்து சிரித்தான். அந்தச் சிரிப்புச் சத்தத்தைக் கேட்டுத் தூக்கத்திலிருந்து விழித்து தான் சிரித்துக்கொண்டிருந்ததை அறிந்தான். கொஞ்சம் முன்பு கலைவாணியின் கையைப் பிடித்தவாறு சிரித்தது கனவில்தான் என்பது நினைவுக்கு வந்தது. அதை அவனால் நம்ப முடிய வில்லை. பள்ளியிறுதி வகுப்புகளில் கலைவாணி யுடன் ஒன்றாகப் படித்திருந்தாலும் அவள்

நெருங்கிய பழக்கமில்லாதவளாயிருந்தாள். இப்போது சேர்ந்து விளையாடி அவளைத் தொட்டும் விட்ட பரவசத்துடன் படுக்கையில் எழுந்து உட்கார்ந்தான். அந்தக் கனவு உண்மையாக ஏற்பட்ட அனுபவமாகத் தோன்றியது. அது திடீரென முடிந்து விட்டது அவனுக்கு ஏமாற்றமளித்தது.

பாதி திறந்த கதவின் சந்திலும் சன்னலிலும் பொழுது விடிந்து வெளிச்சம் வீசிக்கொண்டிருந்தது. மேலே பரணும் சுவரோரம் வரிசையாகப் பானை அடுக்குகளும் இன்னும் இருட்டியிருந்தன. கோபி வழக்கம்போல் வீட்டின் மூலையறை யில் தான் படுத்திருந்தான். அம்மா அக்காவினுடைய பாய்கள் தலையணை போர்வைகளுடன் பொதிகளாக ஓரத்தில் சுருட்டி வைக்கப்பட்டிருந்தன. வெளிப்புறமிருந்து அப்பாவின் கனத்த அடித்தொண்டைக் குரல் எங்கும் கேட்கவில்லை. அவர் எப்போதும்போல் காலையில் கொல்லை வேலைக்குப் போயிருப்பார். தொலைவில் விலகியிருந்த போர்வையை இழுத்துத் தலையிறங்கப் போர்த்திக்கொண்டு கண்களை இறுக மூடினான். சுற்றிலும் இருள் மங்கலாகச் சூழ்ந்தும் பழைய கனவு தொடரவில்லை. மறுபடியும் கலைவாணியின் வெள்ளை யாகச் சிரிக்கும் முகம் தோன்றவில்லை. அவளுடைய மென்மை யான கையை மீண்டும் தொடும் ஏக்கமெழுந்தது. அந்தக் கனவை வாழ்க்கையில் இனிக் காண முடியாது என்றுபட்டது. கொஞ்சம் நேரம் காத்திருக்கலாம் என்று எழும் மனமில்லாமல் படுத்திருந்தான். படுக்கை அந்தரங்கமானதாக உயிர்த் துடிப்புள்ளதைப் போல் குளிரும் சூடும் கலந்ததாயிருந்தது. இதுவரை அவன் கண்ட கனவுகளில் அடிக்கடி பாம்புதான் தோன்றித் துரத்திக்கொண்டிருந்தது. அது ஒவ்வொருமுறையும் கால் நோக்கி நெருங்குகையில் 'அம்மா ...' என்று அலறுவான். அந்தக் குரல் வெளியில் வராத தவிப்புடன் விழித்தெழுகையில் உடனே கனவு மறையும். ஒரு தடவைகூடப் பாம்பு கடித்ததில்லை என்பது மட்டும் நினைவு வரும்.

கொஞ்ச நாட்களுக்கு முன்னால் மத்தியான சாப்பாட்டு வேளையில் வகுப்புக்குள் தனியாக நுழைந்தான் கோபி. வீட்டிலிருந்து சேர்ந்து வரும் வகுப்புத் தோழனைக் காண வில்லை. புத்தகப் பையைப் போட்டுவிட்டு வெளியே பையன் களுடன் விளையாட்டில் இணைய வேண்டுமென்ற ஆவல் உந்தியது. அப்போது வகுப்புக்குள்ளிருந்து கலைவாணி சிரித்த படி ஓடி வந்துகொண்டிருந்தாள். அவளுடைய உயிர்த்தோழி பின்னால் துரத்தி வந்தாள். வாசப்படியில் அவனைக் கடைசி கணத்தில் கண்டு முழுவதுமாக விலக முடியாமல் கலைவாணி மோதிக்கொண்டாள். அவன் மார்பின் மேல் மெத்தென்று

அருகில் வந்த கடல்

துணிச் சுருள் இடித்ததைப் போலிருந்தது. அவளுடைய முழங்கை பட்டு அவன் முழங்கை பனிக்கட்டியை வைத்தது போல் சிலீரென்றது. வெட்கம் கலந்த சிரிப்புடன் கொஞ்ச நேரம் தயங்கி நின்றாள் கலைவாணி. அவளுடைய கையில் அரும்பி யிருந்த செம்பட்டை ரோமங்கள் மினுமினுத்தன. நெற்றியில் வேர்வையில் நனைந்த முடிக் கற்றைகள் சிறிய கோடுகளாகப் படிந்திருந்தன. மரப்பாச்சிப் பொம்மைக்குச் சுற்றியதைப் போல் பள்ளிச் சீருடையான வெள்ளைத் தாவணியை இறுக்கமாக இழுத்துச் சொருகியிருந்தாள். அவளுடைய தோழி திகைப்புடன் இருவரையும் மாறி மாறிப் பார்த்தாள். அவன் பேச்சற்று அங்கேயே நகராமல் நின்றிருந்தான். கலைவாணி யும் தோழியும் சொல்லி வைத்துக்கொண்டாற்போல் மீண்டும் புறப்பட்டுப் பச்சைப் பாவாடைகள் பறக்க ஓடினார்கள். அவர்களுடன் சிரிப்பொலியும் சுழன்று சென்றது. வகுப்புக்குள் வரிசையாயிருந்த காலி பெஞ்சுகளின் மேல் கனத்த புத்தக மூட்டைகள் உட்கார்ந்திருந்தன. தன்னுடைய இடத்தில் பையை வைத்துவிட்டு அவன் விளையாட்டில் கலந்தான். கலைவாணி வேண்டுமென்றே அவன்மேல் இடித்தாள் என்று கொஞ்சம் பெரியவனான அந்த வகுப்புத் தோழன் பிறகு சொன்னான். மேலும் அதற்கு அர்த்தம் அவள் விரும்புவதுதான் என்றான். இப்போது கனவிலும் முன்பு உண்மையிலும் கலைவாணியைத் தீண்டியதை நினைத்தவாறு கோபி தொடர்ந்து படுத்திருந் தான். தன்னை யறியாமல் தன் முழங்கையைத் தடவிக் கொண்டான். உடலெங்கும் தொடுவுணர்வின் வெம்மை பரவியது. கால் சட்டைக்குள் குறி புடைத்து சிறுநீர் முட்டியது. அவன் வலிந்து கண்களைத் திறந்து போர்வையை உதறிவிட்டு எழுந்தான்.

நேராகச் சமையலறைக்குச் சென்றான் கோபி. அடுப்பங் கரையில் முழங்கால்களைக் கட்டி உட்கார்ந்து அடுப்பை உற்றுப் பார்த்துக்கொண்டிருந்தாள் அம்மா. செந்தழல் ஒளிபட்டு அவள் அடுப்புடன் சேர்ந்து எரிவதைப் போல் காணப்பட்டாள். அவனைத் திரும்பியும் பார்க்காமல் வேறு உலகில் உலவுவதைப் போலிருந்தாள். ஒன்றாக ஒட்டிக்கொண்டிருந்தாலும் அவள் மனதைப் புரிந்துகொள்ள முடிவதில்லை. அவன் சமைய லறைக்குப் பின்புறத்திலுள்ள புழக்கடைக்கு வந்தான். வெளியே வானமெங்கும் நிறைந்திருந்த வெளிச்சத்தில் கண் கூசியது. முருங்கை மரத்தின் இளம் பச்சையிலைகள் வெயிலில் கண்ணாடிச் சில்லுகளைப் போல் ஒளிவிட்டன. மரத்தடியில் கண்களை மூடி கால்சட்டையைத் திறந்தான். சிறுநீர் பெய்த சீரான ஒலி அவனுக்குத் தொலைவிலிருந்து கேட்டதாகத்

தோன்றியது. அதில் கொஞ்ச நேரம் மயங்கி நின்று குனிந்து பார்த்தான். மண்ணில் சிறிய குழி பறித்துப் பாம்பைப் போல் நீர்த்தாரை வளைந்தோடிக் கொண்டிருந்தது. அதில் படாம லிருக்க கால்களை விரித்து கடைசியாகச் சொட்டும்வரை காத்திருந்தான். ஒரு கணம் உடல் சிலிர்த்து எடையில்லாததைப் போலாகியது. அருகிலிருந்த துணி துவைக்கும் கல்லின் மேல் உட்கார்ந்தான். அதில் அடங்கியிருந்த வெப்பம் கால் சட்டை யைத் தாண்டி ஊடுருவியது. பக்கத்திலிருந்த கனகாம்பரப் புதர் தலையை அசைத்தது. மூலை சிறு பந்தலில் படர்ந்திருந்த மல்லிகைக் கொடியின் அடியில் மண் நனைந்திருந்தது. அதிசய மாக எல்லாவற்றுக்கும் அக்கா தண்ணீர் ஊற்றியிருந்தாள். தனியாக வண்ணத்துப்பூச்சி ஒன்று பொன்னிற இறக்கைகளை வீசியபடி சென்றது. ஊரையடுத்த ஆற்றங்கரையில் புதர்களின் மேடுபள்ளங்களின் மேல் வண்ணத்துப் பூச்சிகள் இரண்டாக ஒட்டி உறவு கொண்டவாறு தாழ்வாகப் பறக்கும். குளித்துச் சாப்பிட்டதும் அங்கு போக வேண்டும் என்று நினைத்தான். சாக்கடையில் வெண்மையான நுரைக் குமிழ்கள் பூக்களை போல் மிதந்து வந்தன. குளியலறையில் பல தடவை அக்கா சோப்பு போட்டுத் தேய்த்துக்கொண்டிருப்பாள். தென்னை மரத்தடியில் கறுத்துத் தேங்கிய சாக்கடையைப் பக்கத்து வீட்டுக் கோழிகள் கொத்திக் கிளறிக்கொண்டிருந்தன. அவற்றைக் கண்டால் அம்மா ஆங்காரம் பொங்கத் திட்டுவாள். அவன் ஒரு சிறிய கல்லைப் பொறுக்கி எறிந்தான். கோழிகள் வெருண்டு கத்தியவாறு வேலிப் படலினிடுக்குகளில் புகுந்து தங்களுடைய இடத்துக்குத் தப்பியோடின. திடீரென்று தென்னை மரத்தின் உச்சியில் குருத்தோலைகள் மட்டும் அசாதாரணமாகப் படபடவென்று அடித்தன. அது மரத்தில் குடியிருக்கும் பேயின் ஆட்டம் என்று அம்மா சொல்லியிருந்ததால் உள்ளூர பயம் மூண்டது. “டே வந்து காப்பி குடி . . .” என்று தவத்தி லிருந்த அம்மாவின் குரல் ஆறுதலாகக் கேட்டது. கோபி எழுந்து பக்கத்திலிருந்த பானையில் நீரையள்ளி முகம் கழுவி னான். அதிலிருந்த அவனுடைய தலை கலைந்த சாம்பல் பூசியது போன்ற மீசையரும்பிய முகத்தின் பிம்பம் கலங்கியது. இரண்டு மூன்று தரம் வாயைக் கொப்பளித்துச் செடியில் துப்பிவிட்டு சமையலறைக்குள் நுழைந்தான்.

அடுப்பிலிருந்து புகை மெதுவாகச் சுருண்டு மேலெழுந்து கொண்டிருந்தது. தீயின் சிவந்த நாக்குகள் அம்மாவுடன் பேசிக்கொண்டிருப்பதைப் போல் வெளியில் துடித்தன. அவளுடைய மங்கிய ஒற்றை மூக்குத்தி ஒளிபட்டுச் சுடர்ந்தது. கண்களுக்குள் சிறு தழல்கள் பிரதிபலித்து வெகு தொலைவி

லுள்ளவை போல் மின்னின. கோபி ஆசையுடன் அவளை நெருங்கி உட்கார்ந்தான். அவளிடம் நெருப்பு உருவாக்கி யிருந்த வெம்மை அவனுக்குள்ளும் பரவியது. அது அவளுடைய இயல்பான உடம்புச்சூட்டைப் போலிருந்தது. அவள் அருகாமையில் பள்ளி பேய் போன்றவை பற்றிய பயங்கள் மறைந்துவிடுகின்றன. அவன் முகத்தில் ஒட்டியிருந்த நீரை முந்தானையால் துடைத்தாள். அவளுடைய கைரேகைகள் அழுக்கேறி ஆழமான கறுப்புக் கோடுகளாகப் படர்ந்திருந்தன. ஜாக்கெட்டுக்கு வெளிப்புற மார்புப் பகுதி ரத்தமிழந்ததை போல் வெளுத்திருந்தது. கழுத்திலிருந்த பழுத்த மஞ்சள் கயிற்றில் புலிப் பல்லைப் போன்ற தாலியும் பொட்டும் குழல்களும் ஊக்குகளும் கொத்தாகத் தொங்கி ஊஞ்சலாடின. அவை அதிக விலை மதிப்புள்ளவையென்பதால் ரகசியமாகப் பாதுகாக்கிறாள் என்று அவன் மிகவும் சிறுவனாயிருக்கையில் நினைத்துக்கொண்டிருந்தான். அவளுடைய மடியில் படுத்துப் பழையபடி அவற்றுடன் விளையாடும் விருப்பமெழுந்தது. நேற்றிரவு தூக்கம் வராமல் கெஞ்சியதில் ராட்சசனின் சிறைபட்ட இளவரசியின் கதையை அவள் மீண்டும் சொன்னாள். நீண்ட நாட்களாகிவிட்டதால் கதை தப்பும் தவறுமாக மாறியிருந்தது. மறுபக்கத்திலிருந்த அக்கா தூக்கத்தில் கிளுகிளுத்துச் சிரித்தாள். அவன் ‘உம்’ கொட்டியபடி இரண்டொரு முறை மேலே போட்ட காலைக் கீழே தள்ளினாள் அம்மா. கதை மயக்கத்தில் சுவரோரம் பூதங்களைப் போல் விழுங்கக் காத்திருந்த பானைகள் நினைவிலிருந்து அழிந்தன. இறுதிப் பரீட்சையில் தோற்றால் விரல் முட்டியில் அளவுக்குச்சி யால் விழப் போகும் அப்பாவின் அடிகளையும் மறந்தான். அந்த நிம்மதியான உறக்கத்தின் ஆழத்தில் கலைவாணியைக் கனவு கண்டான்.

அம்மா குனிந்து வெளியில் எரிந்த விறகுக் கட்டைகளை அடுப்புக்குள் தள்ளினாள். அவள் கழுத்தில் ஒன்றிரண்டு சிவந்த மருக்கள் பாலுண்ணிகளைப் போல் ஒட்டியிருந்தன. முந்தானை விலகி ரவிக்கையின் நடுவில் கொக்கிகள் பிய்ந்து பஞ்சைப் போல் மார்பு பிதுங்கித் தெரிந்தது. வயிற்றுச் சதை கோடுகளாக மடிந்திருந்தது. ஒவ்வொரு முறை குழந்தை பெற்ற போதும் வயிற்றில் ஒரு மடிப்பு விழுந்ததாக அவள் சொன்ன தால் சிறுவயதில் அவற்றை அடிக்கடி எண்ணிப் பார்த்தது அவனுக்கு ஞாபகம் வந்தது. அவளுடைய கை அனிச்சை யாகப் புடவையை மேலும் கீழும் இழுத்து மறைத்தது. அவளுடைய மணையில் அவனும் ஓரமாக ஏறி உட்கார முயன்றான். அது பல காலமாக உட்கார்ந்து வழுவழுப்பாகி பொன்னைப் போல் உருமாறியிருந்தது. அவள் முன்பெல்லாம்

செய்தது போல் நகர்ந்து இடம் தராமல் "தள்ளி உட்காருடா" என்றாள். அடுப்பிலிருந்த பாத்திரத்தை இறக்கிக் காபியை தம்ளரில் நுரை பொங்க ஆற்றிக் கொடுத்தாள். "உன் அப்பாவுக்கு வேலையில இனிமேயாவது கொஞ்சம் ஒத்தாசை பண்ணச் சொன்னாருடா" என்றாள். கோபி "போம்மா, நான் மேல படிக்கப் போறேன் ..." என்றான். காபியின் தித்திப்புச் சுவை வாய் முழுதும் நிறைந்திருந்தது. குடித்த பின்பும் தம்ளரைப் பிடித்தபடி உட்கார்ந்திருந்தான். அவள் வேலையாக அசையும் போது மார்பும் வயிறும் அவன் மேல் உரசின. "இன்னும் நகரு" என்று பல்லைக் கடித்து இடுப்பால் அவனைத் தள்ளி இறக்கினாள். "நீயும் கொல்லைக்குப் போறதில்லை, உன் அக்காவும் ஒரு வீட்டு வேலை கத்துக்கலை. நீங்க எப்படிப் பொழைக்கப் போறிங்கன்னு தெரியலை..." என்று முணுமுணுத்தாள். "சீக்கிரமாத் தண்ணி ஊத்திகிட்டு வாடா" என்று அடுப்பின் பக்கம் திரும்பினாள். அவள் முகம் பழையபடி செம்மையுடன் தீவிரமாகியது.

கோபி ஆடைகளை எடுக்க வேகமாக முன்னறையில் நுழைந்தான். அப்பாவின் பழமையான மரக்கட்டிலுக்கும் துணிப்பெட்டிக்கும் இடையில் கண்ணாடி முன்னால் அக்கா உடுத்திக் கொண்டிருந்தாள். அவளுடைய கைகள் முதுகுப்புறம் உள்ளாடையின் கொக்கியைப் போட முயன்று கொண்டிருந்தன. கீழே வழ வழப்பான தாவணி சுருண்டிருந்தது. அவனைக் கண்ணாடியின் வழியாகப் பார்த்து "ஏன்டா, உம் பாட்டுக்கு உள்ள வர்றதா?" என்றாள். கோபி திரும்பாமல் பெட்டியைத் திறந்து கிளறினான். உள்ளே பாவாடைச் சட்டைகளும் புடவைகளும் தாவணிகளும் ஒன்றுடன் ஒன்றாகக் கலந்திருந்தன. சில துணிகளைத் தூக்கிப் பார்த்துவிட்டு மீண்டும் பெட்டிக்குள் போட்டான். அக்கா இன்னும் உள்ளாடையை மாட்ட முடியாமல் தவித்துக்கொண்டிருந்தாள். பிறகு கைகள் ஓயச்சலித்து நின்றாள். அவன் சட்டையையும் கால்சட்டையையும் எடுத்துக்கொண்டு பெட்டியை மூடினான். அவள் கட்டளையிடுவதைப் போல் "டே, இதப் போட்டு விடுடா" என்றாள். கோபி கண்களை அக்காவின் பக்கமாகத் திருப்பினான். அவள் ஜாக்கெட்டின் பின்பக்கத்தை மேலே சுருட்டிப் பிடித்திருந்தாள். புதிய உள்ளாடையின் வெண்மையான பட்டைகள் நடுவில் தளர்ந்து தொங்கிக்கொண்டிருந்தன. "முடியாது போ" என்று அவன் வெளியேற முற்பட்டான். அவள் குரலில் கெஞ்சலை வரவழைத்துக் கொண்டு "கொஞ்சம் போடுறா" என்றாள். கோபி வாசப்படி வரையிலும் போய்த் திரும்பினான். அவள் கண்ணாடியில் நன்றியுடன் சிரித்து மூலைக்கு நகர்ந்தாள். அவளுடைய அகலமான முதுகு

எண்ணெய் தடவப்பட்டது போல் மினுமினுத்தது. தலைமயிரைச் சுருட்டி உச்சியில் கொண்டையாகச் சுற்றி யிருந்தாள். இடுப்பில் பாவாடை நாடா இறுகக் கட்டப் பட்டிருந்தது. ஜாக்கெட்டை மேலும் தூக்கி முதுகை முழுவது மாகக் காண்பித்தாள். அருகில் நின்று உள்ளாடைப் பட்டை களை மாட்ட முயன்றான். மறுபுறமுள்ள துளையில் கொக்கி நுழைய மறுத்தது. அவள் "கடைசி ஓட்டையில போடு" என்று மூச்சை இழுத்து வெளியேற்றினாள். அவன் வலுவாக இரு பட்டைகளையும் இழுத்து இணைத்தான். எல்லாவிடங்களிலும் உள்ளாடை அழுத்தமாகப் படிந்தது. ஜாக்கெட்டை இறக்கி யணிந்தபிறகு நெளிந்து நிமிர்ந்து கண்ணாடியில் அழகு பார்த்தாள். ஜாக்கெட்டுக்குள்ளிருந்து உள்ளாடையின் வெண்ணிறம் மங்கலாகத் தெரிந்தது. அவள் தாவணியை எடுத்துப் போர்த்திக் கொண்டு ஞாபகம் வந்தவளாகத் திரும்பி "டே, உன் டியூசன் வாத்தியார் கிட்ட கதைப்புஸ்தகம் வாங்கியாடா..." என்று அவன் தாடையை நீவினாள். அவளுடைய கையை வேகமாகத் தள்ளினான். அக்கா அடிக்கடி டியூசன் வாத்தியாரிடம் கதைப் புத்தகங்களை வாங்கிப் படிப்பது அவனுக்குப் பிடிக்கவில்லை. அவள் இறுதிப் பரீட்சையை இரண்டு மூன்று முறை எழுதியும் இன்னும் முடிக்கவில்லை. அங்கேயே நின்று அவளை முறைத்தான். அவள் திரும்பிக் கண்ணாடிக்குள் இறைஞ்சுவதைப் போல் பார்த்தாள். பிறகு தலை மயிரை அவிழ்த்துச் சிடுக்குகளை நீக்கி வாரத் தொடங் கினாள். அவன் முகத்துக்கெதிரில் கருந்திரையைத் தொங்க விட்டு மறைத்தது போலிருந்தது. துணிகளை எடுத்துத் தோளில் போட்டுக்கொண்டு புறப்பட்டான்.

கோபி அவசரமாகக் குளித்துச் சமையலறைக்குச் சென்றான். அங்கு அம்மா இல்லாததால் கத்திக் கூப்பிட்டான். கொல்லைப் புறத்தில் துணி துவைத்துக்கொண்டிருந்தவள் நிறுத்திவிட்டு வந்தாள். சாப்பிட்டதும் உடனே ஆற்றுக்குப் போக வேண்டும் என்று நினைத்தான். அங்கு எல்லா விடுமுறை நாட்களிலும் போல வகுப்புத் தோழன் வந்து காத்திருப்பான். ஆண் பெண் உடலுறவுக் கதைகளாலும் பெண்களின் நிர்வாணப் படங்களாலும் நிறைந்த புத்தகத்தை அவன் யாரிடமாவது வாங்கி வந்திருப்பான். இருவரும் புதரில் ஒளிந்து பலமுறை படித்துப் பார்த்து இனம் புரியாத இன்பத்தில் ஆழ்வார்கள். பிறகு ஒரே சிகரெட்டைப் பிடித்துப் புகையைச் சுருள் சுருளாக விட முயலுவார்கள். ஆற்றின் ஓடைகளில் கிடைக்கும் சிறிய மீன்களைப் பிடித்துச் சுட்டுத் தின்பார்கள். கனவில் கலைவாணியுடன் வெளியூரிலுள்ள பள்ளியில் ஒன்றாக

விளையாடியதை நண்பனிடம் பகிர்ந்து கொள்வான். அதனால் அவர்களிருவரும் உண்மையாக நெருங்கிவிட்ட ரகசியத்தை வெளியில் தெரிய படுத்தலாம். அந்தக் கனவைப் பற்றி அவளும் உணர்வாளா என்ற பெரும் சந்தேகமுமிருந்தது. ஒருநாள் நண்பனின் துணை கொண்டு எங்கேயோயுள்ள கலைவாணியை நேரில் சந்தித்து விடலாம் என்று கோபி நம்பினான். அவன் வேகமாகச் சாப்பிட்டு எழுந்தான். பின்னாலிருந்து “டே, ஊரைச் சுத்தாம வேளைக்குச் சாப்பிட வாடா” என்ற அம்மாவின் குரல் கேட்டது.

கோபியின் பழக்கமான கால்கள் டியூசன் வாத்தியார் வீட்டுப்பக்கம் சென்றன. அவருடைய வீடு சாலைக்கு மறுபுறம் ஒதுக்கமான பகுதியிலிருந்தது. அங்கு குடிசைகள் பெரும்பாலும் ஒரே மாதிரியிருந்தன. ஊரில் முதல் சில பேரில் ஒருவராக நகரத்துக் கல்லூரியில் படித்தும் சாருக்கு இன்னும் தகுந்த வேலை கிடைக்கவில்லை. அவருடைய அப்பா ஆஜானுபாகு வாகத் தலையில் குடுமி வைத்து ஆதிவாசியைப் போன்ற தோற்றமுடனிருப்பார். பிள்ளைகளைக் கண்டால் சாருக்குத் தெரியாமல் இரு கைகளையும் பொத்தி நடு விரலை மட்டும் ஆட்டி வேடிக்கைக் காண்பிப்பார். கால்சட்டைக்குள் சட்டையைப் புகுத்தி அணிந்திருந்த சார் பழைய சைக்கிளில் புறப்பட்டுக் கொண்டிருந்தார். அவர் கரைந்து ஒல்லியாகி விட்டது போலிருந்தார். முகத்தில் கறுத்த மீசை மட்டும் எடுப்பாயிருந்தது. டியூசன் படித்த புதிதில் அந்தக் கத்தை மீசையும் பக்கத்திலிருந்த நீண்ட கோலும் மிகவும் பயமுறுத்தின. அவருடைய மீசை பிரபலமான ஒரு நடிகருடையதைப் போலிருப்பதாக அக்கா ஒரு முறை சொல்லியிருந்தாள்.

கோபி கையுயர்த்தி சாருக்கு வணக்கம் தெரிவித்தான். அவர் பதிலுக்கு வணங்கி அவன் தோள்மேல் கைபோட்டுப் “பரீட்சை நல்லா எழுதியிருக்கியா?” என்று விசாரித்தார். “ஆமா சார்...” என்று கூச்சத்துடன் நெளிந்தான். அவனுடைய கன்னத்தை வருடி “படிச்சுப் பெரிய ஆளாகணும்” என்றார். அவரிடமிருந்து விடுபட்டதும் “அக்காவுக்குப் படிக்க கதைப் புத்தகம் வேணுமாம்” என்றான். அவர் புன்னகைத்து ஓலைக் கூரையில் ஒளித்திருந்த சாவியை எடுத்துக் கதவைத் திறந்தார். தினமும் டியூசன் படித்த கொல்லைப்புறம் வெறிச் சோடி யிருந்தது. சில கோழிகள் மட்டும் சுதந்திரமாக மேய்ந்துகொண் டிருந்தன. அதற்குமப்பால் ஊர்க் கால்வாயோரம் கொழுத்த பன்றிகள் திரிந்தன. அவருடைய அப்பாவும் அம்மாவும் காலையில் விவசாயக் கூலி வேலைக்குப் போயிருப்பார்கள். வீட்டுக்குள் ஒரு பகுதி வாத்தியாருக்கென்று தனியாகத்

தட்டியால் தடுக்கப்பட்டிருந்தது. அங்கு அவருடைய வெண்ணிறக் கால்சட்டை சுவரில் நீண்டு தொங்கியது. அவர் கல்லூரியில் படித்த கனமான ஆங்கிலப் புத்தகங்கள் பரணில் வரிசையாக அடுக்கியிருந்தன. நகர நூலகத்திலும் விலைக்கும் வாங்கிய கதைப் புத்தகங்கள் குள்ளமான மேசையிலிருந்தன. அவற்றைப் பரீட்சைக்குப் படிப்பது போல் ஆர்வமுடன் சார் படிப்பார். அப்போது அடிக்கடி தனக்குள் சிரித்துக் கொள்வார். மாணவர்களுக்கு டியூசன் நடுவில் பயம் தெளிந்து தென்றல் வீசியது போலிருக்கும். ஒரு புத்தகத்தைத் தேடி யெடுத்துக் கொண்டு சார் வெளியே வந்தார். அவன் இரு கைகளையும் நீட்டிப் பெற்றுக்கொண்டான். மீசையடியில் புன்னகைத்தவாறு "மெதுவாப் படிச்சுட்டுக் கொடுக்கச் சொல்லு" என்றார். அவன் "சரிங்க சார்" என்று தலையாட்டி விட்டுத் திரும்பி நடந்தான்.

சாலைக்கு வந்ததும் கோபி யாருமறியாமல் புத்தகத்தைப் புரட்டினான். உள்ளே கடிதம் எதுவும் இல்லை என்று உறுதியாகியது. எல்லாப் புத்தகங்களையும் போல் அட்டையில் நடிகையின் கழுத்தளவுப் படம் அச்சிட்டிருந்தது. கதையின் தலைப்பு அடிக்கடி காதில் விழுந்த சினிமாப் பாடலைப் போன்றிருந்தது. முதல் பக்கத்தில் சார் நாகரீகமான பாணியில் சாய்வாகக் கையெழுத்திட்டிருந்தார். அதனடியில் குண்டு எழுத்துக்களில் தன்னுடைய பெயரையும் வாங்கிய பட்டத்தை யும் எழுதியிருந்தார். உள்ளே அங்கங்கே ஆண்களுடன் கவர்ச்சி யான பெண் படங்கள் வரையப்பட்டிருந்தன. கதையில் பல வரிகளுக்குக் கீழே பேனாவால் அடிக்கோடுகளை சார் இழுத்திருந்தார். சில இடங்களில் புள்ளி வைத்துப் பெருக்கல் குறிகளும் போட்டிருந்தன. அவற்றை அவர் தன்னுடைய கருத்துகளாக எண்ணுகிறார் போலும். புத்தகத்தை வெளியில் தெரியாதவாறு இடுப்பில் நுழைத்துச் சட்டையை மேலே இழுத்துவிட்டான். நண்பன் கண்ணில் பட்டால் உறுதியாகக் காதல்தான் என்று சொல்லிவிடுவான். அக்கா கேட்டு சார் பாடங்களில் முக்கியமான கேள்விகளைக் குறித்துத் தந்திருக் கிறார். ஆங்கில அகராதியைக் கொடுத்து உதவியிருக்கிறார். தெருவழியாகச் செல்லும்போது ஓரிரு முறை வீட்டுக்கு வந்து அவர்களிடம் பேசியுமிருக்கிறார். அவரும் அக்காவும் உள்ளுக்குள் ஒருவரையொருவர் விரும்புகிறார்கள் என்ற சந்தேகம் அவனுக்குள் மீண்டும் எழுந்தது. அதை வெளிப்படை யாகக் காட்டிக்கொள்ளும் தைரியம் இன்னும் அவர்களுக்கு வரவில்லை. இதுவரை புத்தகங்களுக்குள் கடிதங்கள் பரிமாறிக் கொள்ளப்படவில்லை. இருப்பினும் எழுதப்பட்ட கதைகளின்

மு. குலசேகரன்

வழியாக இருவரும் மறைமுகமாகத் தொடர்பு கொள்கிறார்கள் என்ற பொறாமை ஏற்பட்டது. அக்காவிடம் புத்தகத்தை தராமல் ஒளித்து வரிவிடாமல் படிக்க வேண்டும் என்று நினைத்தான்.

கோபி சாலையைத் தாண்டி ஆற்றுப்பக்கம் செல்லும் வண்டிப் பாதையில் நடந்தான். அது பண்ணையாருடைய பெரும் தென்னந்தோப்புக்குள் புகுந்தது. சுற்றிலும் தென்னைகள் உயரத்தில் ஓலைகளை வேய்ந்தாற்போல் அணி வகுத்திருந்தன. கீழே வெயில் திட்டுகளாக விழுந்திருந்தது. பாதையோரம் குட்டிச்சுவராயிருந்த பழைய ஒரு கட்டடத்தின் முன்னால் சிலர் கும்பல் கூடியிருந்தார்கள். இடிந்த சுவர்களுக்குள் செடிகொடிகள் பசுமையாக அடர்ந்திருந்தன. கதவும் சன்னல்களும் காணாமல்போய்ப் பொக்கைகளாயிருந்தன. மேலே கூரையில்லாமல் வானம் விரிந்திருந்தது. நரம்புகளைப் போல் வெண்ணிற வேர்களால் சுவரைக் கெட்டியாகப் பிடித்து அரச மரம் வளர்ந்திருந்தது. சில பையன்கள் வசியம் செய்யப் பட்டவர்களைப் போல் வாய் மூடி கூட்டத்தின் முன்னால் நின்றிருந்தார்கள். ஆடு மாடு மேய்ப்பதை நடுவில் நிறுத்திவிட்டு வந்து சிலர் வேடிக்கைப் பார்த்துக்கொண்டிருந்தார்கள். துணி துவைக்கவும் விறகு பொறுக்கவும் வந்த பெண்களும் கலந்திருந் தார்கள். சாலையோரத்திலுள்ள கடையைச் சாத்திவிட்டுக் கணவன் மனைவி இருவரும் ஜோடியாக உட்கார்ந்திருந்தார்கள். இன்னும் ஊரில் காலத்தை வெறுமனே கழித்துக்கொண் டிருந்தவர்களும் ஆஜராகியிருந்தார்கள். சிலர் பீடி பிடித்துப் புகையெழுப்பிக் கொண்டிருந்தார்கள். வகுப்புத் தோழன் எங்கும் தென்படவில்லை. கோபி ஆர்வத்துடன் கூட்டத்தில் நின்றான்.

அந்தப் பாழடைந்த கட்டடத்தின் எதிரில் ஒருவன் குத்துக்காலிட்டு உட்கார்ந்திருந்தான். கீழே குவிந்திருந்த செங்கற்களைக் கவனமாக எடுத்து மறுபுறம் அடுக்கி வைத்துக் கொண்டிருந்தான். அவை மண் படிந்து கறுத்தும் நிறையக் கற்கள் சிதைந்துமிருந்தன. சிலவற்றில் பச்சைப் பட்டுத்துணி யைப் போன்ற பாசி படர்ந்திருந்தது. சமமான வேகத்தில் ஒரு குவியல் வளர்ந்தும் மற்றொன்று தாழ்ந்தும் கொண்டிருந்தன. அகற்றிய கற்களுக்குக் கீழே முளைத்திருந்த புற்கள் வாடிப் பழுத்திருந்தன. அருகிலிருந்தவரிடம் "இங்க என்ன நடக்குது?" என்றான் கோபி மெதுவாக. அவர் அவனுக்கு ஒன்றுவிட்ட மாமா முறையாக வேண்டும். "ஒன்னுமில்ல ... அதோ அவன் பாம்பு பிடிக்கறான்" என்றார். "பாவம், ரொம்ப நேரமாத் தேடறான்" என்றார் மற்றொருவர். "எதையோப் பாத்துப் பாம்புன்னு நினைச்சுட்டான்" என்றார் பின்னாலிருந்தவர்.

“இங்க நடு ராத்திரியில மாணிக்கத்தைக் கக்கி வெளிச்சத்துல நாகம் இரை எடுக்கறதைக் கண்ணாலப் பாத்திருக்கேன்.” “அப்படியிருந்தாலும் பாம்பு எங்கியாவது ஓடியிருக்கும்.” “கொஞ்ச நாளைக்கு முன்னால இரையெடுத்த பெரிய மலைப்பாம்பு இதே வழியில நகர முடியாம கிடந்துச்சு.” “எடுத்த குவியலுக்குள்ள பாம்பு போய்த் திரும்பவும் ஒளிஞ்சிருக்கும்.” “அது கண்டிப்பா இருக்கப் போறதுல்ல.” “பாம்பு ரொம்பப் பெரிசாப் பிடிக்க முடியாத மாதிரி இருக்கும்.” “எல்லாரும் சேர்ந்து ஏமாறப் போறோம்” என்று குரல்கள் தொடர்ந்து எழுந்து கொண்டிருந்தன. தூரத்திலிருந்து ஒருவர் சத்தமாக அவனிடம் “டே, நீ பயந்திடுவே. இங்கிருந்து போகலைன்னா உன் அப்பன்கிட்ட ஊரைச் சுத்தறதைச் சொல்லிடுவேன்” என்றார். அவரும் அப்பாவும்தான் விவசாயப் பொருட்களை வாங்க அவ்வப்போது நகரத்துக்குப் போவார்கள். அங்கிருக்க அவனுக்குப் பயமேற்பட்டாலும் போகத் தோன்ற வில்லை.

பாம்பு பிடிப்பவன் யாருடைய பேச்சும் காதில் விழாதவனைப் போல் தேடலில் மூழ்கியிருந்தான். அருகில் பூமி வெடித்தாலும் திரும்ப மாட்டான் போலிருந்தது. பாம்பு களுடன் மிகவும் பழகி அவனிடம் பாம்புத் தன்மை படிந் திருந்தது. கருநாகத்தைப் போல் உடல் கறுத்தும் நீண்டுமிருந்தது. சிறிய கண்கள் பாம்பைப் போல் கூர்மையுடன் பளபளத்தன. தொடர்ந்த மௌனத்தால் உதடுகள் இறுகியிருந்தன. அவற்றை நாக்கு அடிக்கடி வெளியில் நீண்டு தடவியது. அவனுக்குப் பக்கத்தில் ஒரு மஞ்சள் துணிப்பை மட்டும் துணையிருந்தது. கைகள் வேகமாகக் கற்களை எடுத்து அடுக்கிக் கொண்டிருந்தன. அதில் எந்த உணர்ச்சிகளுமில்லாமல் ஆழ்ந்திருந்தான். இறுதியில் பாம்பு இல்லையென்றாலும் அவன் கவலைப்படமாட்டான் என்று கோபி எண்ணினான். அது கிடைத்தாலும்கூட அதிக மகிழ்ச்சியடையாமலிருப்பான். அவன் இரண்டையும் ஒன்றாகக் கருதுமளவு பக்குவமுள்ளவன். நிறைய முறை பாம்புகளைத் தேடிய அனுபவம்தான் அதைக் கற்றுத் தந்திருக்கும். தான் குவியலின் முன்பு அமர்ந்து பாம்பைத் தேடுவதைப் போல் கோபி கற்பனை செய்தான். பாம்பு பிடிப்பவன்தான் எல்லோரிலும் மிகவும் உயர்ந்தவன் என்று தோன்றியது. எதிர்காலத்தில் அவனைப் போல் மாற விரும்பினான். வாழ்க்கையில் பல சாகசங்களைப் புரிய வேண்டும்.

ஒவ்வொரு செங்கல்லாகக் குவியலின் உயரம் குறைந்து கொண்டிருந்தது. கூட்டம் திகைப்பில் பேச்சற்று நின்றிருந்தது. மூச்சு விடும் சத்தம் கேட்குமளவு எங்கும் அமைதி நிலவியது.

இன்னும் சில கற்கள் மட்டும் மீதியிருந்தன. அங்கு பாம்பு இருக்க வேண்டும் – இருக்கக்கூடாது என்ற இரண்டையும் ஒரே சமயத்தில் விரும்பினான் கோபி. முடிவு என்னவாகும் என்ற எதிர்பார்ப்பில் மனம் பதைத்தது. இனி ஒரு கணமும் பொறுக்க முடியாதென்ற நிலை வந்தது. கடைசி செங்கல்லும் எடுக்கப்பட்டுவிட்டது. அந்த இடத்தில் ஒன்றுமில்லை என்றுதான் முதலில் பட்டது. பிடிப்பவனின் மந்திரத்தால் கட்டுண்டதைப் போல் ஒரு பாம்பு உடலைச் சுருட்டிப் படுத்திருந்தது பிறகு தெரிந்தது. அது கோபத்தில் பாய்ந்து கடிக்கலாம் என்ற பயத்தில் அனைவரும் கொஞ்சம் தள்ளி நின்றார்கள். ஆனால் பாம்பு ஓடித் தப்பிக்கவோ தாக்கவோ முயலாமல் மயக்கமுற்றதைப் போல் கிடந்தது. கற்குவியலிருந்த நடுப்பகுதி நோயுண்டது போல் வெளுத்துத் தனியாகத் தெரிந்தது. அதன் நடுவில் மண் நிறத்தில் பாம்பின் உடல் சுருண்டிருந்தது. அருகிலிருந்த பிடிப்பவன் சிறிதும் பயமில்லாமல் எழுந்து மஞ்சள் பையிலிருந்து உடைந்த பிளேடுத் துண்டை எடுத்தான். அது ஒரு கணம் வெயில்பட்டுப் பெரும் வாளைப் போல் ஒளிர்கையில் கோபியின் கண்கள் கூசின. பாம்புக்காரன் கையால் பாம்பின் தலையைப் பிடித்து வால் நுனியைக் காலால் தரையில் அழுத்திக்கொண்டான். தோலின் மேலிருந்து கீழ்வரை பிளேடால் அழுத்தமாகக் கோடிழுத்தான். பிறகு இறுக ஒட்டப்பட்ட காகிதத்தைப் பிரிப்பது போல் பாம்புத் தோலை மெதுவாக உரித்தான். முழுவதுமாக உரித்தெடுத்ததும் நீண்ட தோலை நீவிச் சுருட்டினான். அது மரத்திலிருந்து காய்ந்து விழுந்த இலைச் சருகைப் போன்றிருந்தது. அதை விலை மதிக்க முடியாத பொருளைப் போல் பத்திரமாகப் பாலிதின் தாளில் சுற்றி மஞ்சள் பைக்குள் வைத்தான். மேல் தோலில்லாமல் பாம்பு சதைக் கோளமாயிருந்தது. அது செத்து விட்டதைப் போல் அசைவில்லாமல் கிடந்தது.

பின்புறம் ஒட்டியிருந்த மண்ணைத் தட்டிவிட்டுப் பாம்புக்காரன் பையுடன் புறப்பட்டான். அவன் முகம் எந்த மாற்றமுமில்லாதிருந்தது. கூட்டம் மெதுவாகக் கலையத் தொடங்கியது. அவர்கள் சுயநினைவு பெற்றவர்களாகப் பேசிக் கொள்ளத் தொடங்கினார்கள். பாம்பு பிடிப்பவனுக்குப் பாம்பு பிடிப்பதுதான் குலத் தொழில் என்றார்கள். அவன் பாம்பைப் பிடித்துத் தேவைப்படுபவர்களுக்கு விற்று வாழ்கிறானாம். சில சமயங்களில் விஷத்தை மட்டும் பாட்டிலில் உறிஞ்சிக்கொண்டு பாம்பை உயிருடன் விட்டுவிடுவான். அல்லது பாம்புத் தோலை உரித்தெடுத்துக் கிடைத்த விலைக்கு விற்பான். அந்தத் தோல் பதப்படுத்தப்பட்டுப் பையாகவோ இடுப்புப் பட்டையாகவோ தைக்கப்படுமாம். பிறகு பெரும்

விலைக்குக் கள்ளத் தனமாக வெளிநாட்டுக்குப் போகும் என்று சொன்னார்கள். எல்லோருக்கும் முன்னால் பாம்புக்காரன் வேகமாகப் போய்க்கொண்டிருந்தான். அந்த நடை ஆட்களைக் கண்டதும் ஒளிந்தோடும் சாரைப் பாம்பினுடையதைப் போலிருந்தது. அவனுக்குப் பாம்புத் தோலைக் காசாக்கிக் கொண்டு வீட்டுக்குச் செல்லும் அவசரமாயிருக்கலாம்.

கோபி அங்கேயே நின்றிருந்தான். அவனைக் கவனிக்காமல் மற்றவர்கள் பேசியபடி முன்னால் போய்க்கொண்டிருந்தார்கள். அப்பாவைக் கண்டதும் தன்னைப்பற்றி யாராவது உடனே சொல்லிவிடுவார்கள் என்று எண்ணினான். ஏற்கெனவே அவர் காரணமில்லாமல் எதற்கெடுத்தாலும் திட்டிக்கொண் டிருந்தார். இப்போது இதுவும் சேர்ந்து கொள்ளும். ஆற்றங் கரையில் பழைய வகுப்பு நண்பன் கதைப் புத்தகங்களுடன் காத்திருப்பான் என்பது நினைவுக்கு வந்தது. அவனிடம் சொல்லக் கலைவாணி தோன்றிய கனவுடன் இந்தப் பாம்புக் கதையும் கூடியுள்ளது. நண்பன் எல்லாம் தெரிந்தவனைப் போல் விளக்க மளிப்பான். கோபியின் எதிரில் பாம்பு பழைய துண்டுக்கயிறைப் போலிருந்தது. அதன் தோலுரிக்கப்பட்டதால் உயிரையும் இழந்திருக்கும். பாம்பின் உடலில் ரத்தம் சாயத்தைப் போல் பரவிக்கொண்டிருந்தது. மேல் தோலற்ற சதை இளம் சிவப்பும் நீலமும் கலந்து பளபளத்தது. அங்கங்கே பழுப்பு மண் ஒட்டியிருந்தது. வால் தனியாகப் புழுவைப் போல் வலியுடன் துடித்தது. அவன் ஆற்றுப்பக்கம் போகத் தொடங்கி யதும் பாம்பு அசைந்தது. பிறகு மெதுவாகத் தலையை மேலே தூக்கி முகத்தைப் பெரிதாக விரித்தது. அங்கு படமில்லா மல் வெறும் தசை நார்கள் புடைத்தெழுந்தன. நாக்கு வெளியில் நீண்டு நெருப்புத் தழலைப் போல் நெளிந்தது. அடியாழத்து ஊற்று நீரைப் போலக் கண்கள் மினுங்கின. பாம்பைப் பார்த்துக் கொண்டேயிருக்கலாம் போல் அவனுக்குத் தோன்றியது. அதைத் தாண்டி ஆற்றுக்குப் போக முடியாதெனப்பட்டது. அவன் திரும்பவும் வீட்டை நோக்கி நடந்தான். பாம்பு பின்தொடரும் என்று நினைத்து அடிக்கடி திரும்பிப் பார்த்து க்கொண்டிருந்தான். அது உயரமாகப் பட மெடுத்து ஆடிக் கொண்டிருந்தது.

கோபி பயத்துடன் வீட்டினுள் நுழைந்தான். அப்பாவின் தேய்ந்த கரடுமுரடான தோல் செருப்பு வாசலில் கழற்றிவிடப் பட்டிருந்தது. அவர் சமையலறையில் உட்கார்ந்து சாப்பிட்டுக் கொண்டிருப்பார். அவனுடைய வரவுக்காக காத்திருந்தவள் போல் மூடப்பட்ட சிறிய பாத்திரத்தை அம்மா நீட்டினாள். “இத எதிர் வீட்டு அக்காகிட்ட கொடுத்துட்டு வா, பாவம்

பச்சை உடம்புக்காரி..." என்றாள். அவனுக்குள் ஏற்பட்ட திகில் கொஞ்சம் குறைந்தது. அந்த அக்கா சில ஆண்டுகளுக்கு முன்னால் புதிதாகக் கல்யாணமாகி வெளியூரிலிருந்து எதிர் வீட்டுக்குக் குடியேறியிருந்தாள். பொழுது போகாமல் அடிக்கடி தாயம் விளையாட அவனுடைய வீட்டுக்கு வருவாள். அவனும் அவளும் சேர்ந்து அம்மாவையும் அக்காவையும் தோற்கடித்துக் கொண்டிருந்தார்கள். ஒவ்வொரு முறை வென்றதும் அவனைக் கட்டிப் பிடித்துக் கன்னங்குழிய முத்தம் தந்தாள். அப்போது ஒன்றாகக் கலந்துவிடலாம் போல் அவளுடைய உடல் மென்மையாயிருக்கும். அந்த நாட்கள் கொண்டாட்டமாகக் கழிந்தன. அவள் கர்ப்பமடைந்ததும் தாயம் விளையாடுவதை அடியோடு நிறுத்திவிட்டாள். எதிர் வீட்டு அக்காவை நீண்ட நாட்களுக்குப் பிறகு சந்திக்கப்போகும் மகிழ்ச்சியை மறைத்துக் கொண்டு கோபி "நான் சாப்பிட்டதும் வெளியே படிக்கப் போவனும்மா..." என்று முணுமுணுத்தான். "சேர்ந்துப் படிக்கறதுக்குப் பக்கத்துத் தெருவுக்குப் போன உன் அக்காகூட இன்னும் வரலை, நீயே போடா" என்று சொல்லிவிட்டு அம்மா சமையலறைக்குள் புகுந்தாள். அவன் பாத்திரத்தைத் திறந்து கொல்லைப்புற முருங்கைக்கீரை சமைக்கப்பட்டு வைத்திருந்ததைக் கண்டான்.

எதிர் வீட்டின் கனத்த தெருக்கதவு ஒருக்களித்துச் சாத்தியிருந்தது. கோபி வழக்கம்போல் இடைவெளியில் உடம்பைக் குறுக்கி நுழைந்தான். உள்ளே பெரும் அமைதி நிலவியது. எதிர் வீட்டு அக்காவின் கணவருடைய புதிய சைக்கிள் அப்பழுக்கில்லாமல் துடைக்கப்பட்டு வராந்தாவில் நின்றிருந்தது. அதில்தான் அவர் தினமும் பக்கத்து நகரிலுள்ள அலுவலக வேலைக்குப் போவார். இப்போது அவர் நடந்தே வெளியே சென்றிருப்பார். அறையின் இரட்டைக் கதவு ஒருபக்கம் மட்டும் திறந்திருந்தது. கட்டிலின் மேல் கண்களை மூடி உட்கார்ந்திருந்த எதிர்வீட்டு அக்கா அதன் வழியாக ஓவியத்தைப் போல் தெரிந்தாள். அவளுடைய ஜாக்கெட் அவிழ்ந்து இருபுறமும் இறக்கைகளாக விரிந்திருந்தன. நீண்ட முந்தானை கீழே நழுவி தோகையாக விழுந்திருந்தது. மாசுமருவற்ற பூரித்த மார்பகங்கள் உடலிலிருந்து கனிந்த குலைகளாகத் தொங்கின. இரண்டுக்கும் நடுவிலுள்ள இடைவெளி சாதாரணமாகத் தட்டையாயிருந்தது. அவனுக்குக் கொஞ்சம் முன்பு படமெடுத்தாடிய தோலுரித்தப் பாம்பைப் பார்த்தது போலிருந்தது. அவள் மடியில் வைத்திருந்த குழந்தை மிகவும் பசியுடன் பால் குடித்துக்கொண்டிருந்தது. அதன் கடைவாயில் வெண்மையான பால் ததும்பியது. குழல்களும் குண்டுகளும் கோத்திருந்த தாலிக் கொடியைச் சிறிய விரல்கள்

அருகில் வந்த கடல்   129

தடவின. கோபிக்குத் தன்னையறியாமல் வாயில் எச்சில் சுரந்து பெருகியது. அவளுடைய மார்பின் முனைகள் திறந்த கருவிழிகளைப் போல் எல்லாவற்றையும் பார்த்தன. தலை வைத்துப் படுத்துக்கொள்ளலாம் போல் வயிறு இன்னும் மேடாயிருந்தது. அதில் இளங்கொடிகளைப் போல் பச்சை நரம்புகளோடின. அவற்றையெல்லாம் எப்போதோ பார்த்துப் பழகியிருந்த உணர்வு அவனுக்கு ஏற்பட்டது. அந்த அடையாளங்கள் புதிதாயில்லாமல் சிறு குழந்தையிலோ கனவிலோ கண்டவையாயிருந்தன. அவள் திடீரெனக் கண் திறந்து பார்த்து விடுவாளோ என்ற பயமெழுந்தது. தொடர்ந்து சுவாரசியமாகக் குழந்தை பால் குடித்துக்கொண்டிருந்தது. அவள் தனக்குள் மகிழ்வுடன் கன்னங்களில் பழைய குழிகள் விழச் சிரித்தாள். அவளை மீண்டும் ஒரு முறை கோபி முழுதாகப் பார்த்தான். அவன் மனம் நிறைந்து வழிந்தது. கையிலிருந்த பாத்திரத்தை அறை வாசப்படிமேல் சத்தமில்லாமல் வைத்தான். பிறகு மெதுவாகத் தெருக்கதவை இழுத்து மூடிவிட்டு வெளியில் வந்தான்.

●

ஆறு ஓடிய தடம்

இதுவரையில் மற்றவர்களால் அதிகம் அறியப்படாத எங்கள் ஊருக்கு ஒளிப்பதிவாளர் ஆறுமுகத்துடன் வைஜெயந்தி வந்தார். வழியில் காத்திருந்து அவர்களை வரவேற்றேன். ஆட்டோவை அனுப்பிவிட்டு வைஜெயந்தி "நல்லாயிருக்கீங்களா? பார்த்து ரொம்ப நாளாகுது . . ." என்றார். "ஆமா, கவிதைத் தொகுப்பு வெளியீட்டு விழாவில கடைசி யாகச் சந்திச்சது" என்றேன். நண்பர் நடத்திய அந்தக் கூட்டத்தில் படமெடுத்து முடித்ததும் ஒளிப்பதிவாளரை அனுப்பிவிட்டு வைஜெயந்தி முழு நாளும் கலந்துகொண்டார். அவர் சார்ந்த தொலைக்காட்சியில் ஏதோ ஒரு நிகழ்ச்சியில் கவிதைப் புத்தகம் வெளியிடுவதைக் கொஞ்ச நேரம் காட்டினார்கள். வெவ்வேறு ஊர்களில் நடந்த பல கலை இலக்கிய நிகழ்ச்சிகளிலும் ஆர்வத்தோடு வைஜெயந்தி பங்கேற்றார். ஆறுமுகத்தை நேரிலும் ஒருதரம் அறிமுகப்படுத்திவிட்டுச் சுற்றும் முற்றும் பார்த்தவாறு "பக்கத்தில தோல் தொழிற்சாலை களைக் காணோமே?" என்றார். "அதெல்லாம் நாலைந்து கிலோமீட்டர் தூரத்திலிருக்குது. ஆறு தான் ஊரை ஒட்டி ஓடுது" என்றேன். ஆறுமுகம் பையைத் திறந்து படக்கருவியை வெளியில் எடுத்தார். ஒரு நல்ல ஆரம்பம் என்று நினைத்தது போல் நாங்கள் பேசிக்கொண்டிருந்ததைப் பதிவு செய்யத் தொடங்கினார். உடனே என் முகத்துக் கெதிரில் கையை நீட்டி மறுத்தேன்: "தயவுசெஞ்சு எனக்குத் தேவையில்லாத முக்கியத்துவம் கொடுக் காதிங்க". வைஜெயந்தி "இதையெல்லாம் காட்ட

மாட்டாங்க, அவர் சும்மா எடுக்கிறாரு” என்று சொல்லிவிட்டு ஒளிப்பதி வாளரிடம் வேண்டாமென்று சைகை செய்தார். ஆறுமுகம் திரும்பி ஊரையும் மரங்களையும் உட்கார்ந்திருக்கும் மனிதர்களையும் ஒரு சுற்றுப் படமெடுத்தார். படக்கருவி கைக்கு அடக்கமாயிருந்ததால் யாருடைய கவனமும் முழுதாகக் கவரப்படவில்லை. “முதல்ல வீட்டுக்குப் போகலாம் வாங்க ...” என்று அவர்களுடன் நடந்தேன்.

என் மனைவிக்கு அவர்களிருவரையும் அறிமுகப் படுத்தினேன். மீண்டும் சமையலறைக்குள் போய்விட்ட அவளிடம் சென்று வைஜெயந்தி எதையோ கேட்டார். அவள் பதில் சொன்னதையும் ஆறுமுகம் வெளியிலிருந்து படமாக்கினார். வைஜெயந்தி திரும்பியதும் பதிவானவற்றைப் படக் கருவியுடன் இணைந்த சிறுதிரையில் ஓட்டிக் காண்பித்தார். அதற்கு முன்பு பதிவு செய்திருந்த படங்களைக் காட்டச் சொன்னார் வைஜெயந்தி. ஆறுமுகம் ஒவ்வொன்றாகத் தள்ளிக் கொண்டே வந்தார். ஒரு காட்சி வந்ததும் நிலையாக நிறுத்த வைத்தார் வைஜெயந்தி. அது பழுப்பும் நீலமும் சிவப்பும் கலந்து வரையப்பட்ட அரூப ஓவியம் போலிருந்தது. தொலைக் காட்சியில் காட்டுவதற்காக ஓவியக் கண்காட்சியில் படம் பிடித்தது போலும். “ரொம்ப நல்ல நவீன ஓவியம் ...” என்றேன். “இல்லை, இது கிட்டத்தில் எடுத்த சாயப்பட்டறைக் கழிவு நீர்க் குட்டை ...” என்று திரையை என் பக்கம் திருப்பினார். “அட, அதே போலிருக்கே?” என்றேன். வைஜெயந்தி “இது வேற தொலைக்காட்சி நிகழ்ச்சியில ஒளிபரப்பானது” என்றார். “இது மாதிரிதான் எங்களூர் ஆற்றிலும் ஓடுது” என்றேன். “தோல் தொழிற்சாலையால பாதிக்கப்பட்ட ஆற்றைப் பற்றிச் சமீபத்துல இங்கிலீஷ் பத்திரிகையில ஒரு கட்டுரை வெளி யானது ...” என்றார் வைஜெயந்தி. “ஆமா, ஒரு ஞாயித்துக் கிழமை இணைப்பில வந்ததாச் சொன்னாங்க” என்றேன். “எங்கத் தொலைக்காட்சியிலயும் இந்த ஆற்றைச் செய்திப் படமாக் காட்டணுமாம். கொஞ்ச நேரம் மட்டும் ஓடணும். ஆற்றில சரியான இடத்தைத் தேர்ந்தெடுக்கத்தான் உங்ககிட்ட வந்தேன்” என்றார். தோல் தொழிற்சாலையால் பாழான பகுதிகளைப் பற்றி ஏற்கெனவே ஒன்றிரண்டு ஆவணப்படங்கள் வெளியாயின. அதேபோல் தொலைக்காட்சிகளிலும் சில செய்தித் தொகுப்புகள் காட்டப்பட்டன. அவற்றால் எந்தப் பயனும் விளையவில்லை. வழக்கம்போல் தோல் தொழிற்சாலை யின் கழிவு நீர் வற்றாத ஜீவநதிபோல் ஆற்றில் ஓடிக்கொண் டிருந்தது. இந்த விஷச்சுழல் போன்ற பிரச்சினையை முழுமை யாகத் தீர்க்க முடியாது என்றுபட்டது. என் மனைவி கொடுத்த சிற்றுண்டியைத் தின்று காபியைக் குடித்தோம்.

தெருவில் இறங்கி நடக்கத் தொடங்கினோம். வெளியில் பக்கத்து வீட்டு முழுக் குடும்பமும் தென்னை ஓலைகள் தைப்பதில் மும்முரமாயிருந்தது. வெங்கடேசன், அவனுடைய மனைவி, மூன்று மகள்கள் எல்லோரும் வேகமாக ஓலை பின்னிக்கொண்டிருந்தார்கள். தெருமின்சாரக் கம்பத்தின் மீது தைத்து முடித்த ஓலைக் கட்டுகள் சில சாய்த்து வைக்கப் பட்டிருந்தன. தண்ணீர்த் தெளித்து ஈரமாக்கப்பட்ட கீற்றுகளின் குவியல் ஓரமாகக் காத்திருந்தது. காக்கிக் கால்சட்டை வெளியே நீண்டிருக்க வெங்கடேசன் குத்துக்காலிட்டு முடைந்து கொண்டிருந்தான். "இவர் தோல் தொழிற்சாலையில் வேலை செய்றாரு . . . கொஞ்சம் பேசிட்டுப் போகலாம்" என்றேன். ஆறுமுகம் வாயில் எதையோ போட்டு மென்றவாறு தன் கையில் தயாராக வைத்திருந்த படக்கருவியில் எடுக்கத் தொடங்கினார். "என்னப்பா, இன்னைக்கு வேலை இல்லையா?" என்று அவன் வீட்டுத் திண்ணையில் உட்கார்ந்தேன். வெங்கடேசன் தலையை நிமிர்த்தி "நேத்துப் பகலு ராத்திரி வேலையயெல்லாம் ஒண்ணாச் சேத்து முடிச்சுட்டு வந்துட்டேன்" என்றான். அப்போதும் அவன் கைகள் நிற்காமல் பரபரவென்று இயங்கிக்கொண்டிருந்தன. "இவங்க தோல் தொழிற்சாலையால கெட்டுப்போன ஆற்றைப் படமெடுக்க வந்திருக்காங்க . . ." என்றேன்.

வெங்கடேசன் ஆவலாக எதிர்த் திண்ணையில் வந்து உட்கார்ந்தான். அவன் உடல் நெருப்பில் பற்றியெரிந்ததைப் போல் கறுத்திருந்தது. முகத்திலும் கை கால்களிலும் போர்க் களத்தில் பெற்றவை போல் தழும்புகள் நிறைந்திருந்தன. பேட்டி காண்பதைப் போல் வைஜெயந்தி "நீங்க என்ன வேலை செய்யறீங்க?" என்றார். "சுண்ணாம்புத் தொட்டியில ஊறப் போட்ட தோலுங்களைத் தெனமும் எடுத்து ஜவ்வை யும் முடியையும் வழிக்கணும்" என்றான் அவன் படக்கருவி யைப் பார்த்தபடி. "தொட்டியிலிருந்து தோலை எப்படி எடுப்பீங்க?" என்றார் வைஜெயந்தி. அவன் அலட்சியமாக "ஒண்ணுமில்லேம்மா, உள்ளே எறங்கி அள்ளிப் போடறதுதான். கை கால்ல உறை மாட்டிக்குவோம். இல்லைன்னா அப்படியே வார்றதுதான்" என்றான். "ஜவ்வு, முடியெல்லாம் நீக்கறதுக்கு என்ன பண்ணனும்?" என்று சீராகப் பதிவாவதைக் கவனித்தார். "அதுவா, ரெண்டு பக்கமும் பிடி போட்ட கத்தியை வைச்சுச் சீவித் தள்ளுவோம். ஒரே நாளில ஐந்நூறு ஆயிரம்கூட அடிப்போம். பொம்பளைங்க வெரலுக்கு வெறும் பலூன் மாட்டிக்கூட முடியெடுப்பாங்க" என்றான் வெங்கடேசன் உற்சாகமாக. குச்சி போலிருந்த அவனுடைய மனைவி வேலையை நிறுத்திவிட்டு அவனுக்குப் பின்னால் வந்து நின்றாள்.

"உங்க உடம்புக்கு இதனால எதுவும் பாதிப்பில்லையா?" என்ற வைஜெயந்தியையும் படக்கருவியையும் அவள் மோவாயில் கை வைத்து அதிசயமாகப் பார்த்தாள். 'அடி என்னாடி இது?' என்கிற பாவம். "உடம்பு முழுசும் நோவெடுக்கும். அப்புறம் கொப்புளங்களும் தடிப்பும் வரும். கம்பெனி ஆசுபத்திரி மருந்து சாப்பிட்டாக்கூடப் போவாது. அப்படியே பழகிப் போச்சி" என்ற அவனுடன் மனைவியையும் சேர்த்து ஆறுமுகம் படமெடுத்தார். பின்னணியில் வரிசையாக அவனுடைய மூன்று பெண்களும் வாயைப் பொத்திக்கொண்டு சிரித்தார்கள். வைஜெயந்தி அவன் நெற்றியில் மேடிட்டிருந்த தழும்பைத் தடவி "ரொம்ப கெட்டியாயிருக்கு" என்றார். அவருடைய கை பார்வையாளருக்கு அதைச் சுட்டிக்காட்டு வதைப் போலிருந்தது.

வெங்கடேசன் கைலியை மேலுயுயர்த்தி "இதப் பாரும்மா... எல்லாம் காய் ஆயிடுச்சி, என்னை ஒண்ணும் பண்ணாது" என்றான். அவன் கால்கள் முழுக்கக் குறுக்கும் நெடுக்குமாக ஆறிய வெட்டுக் காயங்களுடையவை போன்ற வடுக்கள் இடைவெளிகளில்லாமல் படர்ந்திருந்தன. வலது கால் கட்டை விரலில்லாமல் மொட்டையாயிருந்ததை அப்போதுதான் கவனித்தேன். ஆறுமுகம் குனிந்து அதைப் படமெடுத்தார். அவனுடைய உடம்பில் அங்கங்கே சிவப்பும் வெள்ளையுமான திட்டுகள் தென்பட்டன. "அவரு சம்பாதிக் கிறதையெல்லாம் குடிச்சே அழிச்சிடறாரும்மா. வீட்டுச் செலவுக்கு அஞ்சும் பத்தும் கொடுத்தா மூணு பொட்டைப் புள்ளைங்களோட நான் என்ன பண்றது? நாளைக்கி அதுங் களுக்குக் கல்யாணம் காட்சி வேணாமா?" என்று கடகடவென அழ ஆரம்பித்த வெங்கடேசனின் மனைவி பக்கம் படக்கருவி திரும்பியது. "யேய், கம்முணு கெட" என்று திண்ணையிலிருந்து தெருவுக்குச் சென்றான் வெங்கடேசன். அவனுடைய கண்கள் பெரு நோயாளிகளினுடையவை போல் மினுங்கின. "குடிக்கலைன்னாத் தூக்கம் வராது, மறுநாளைக்கு வேலை செய்யவும் முடியாது..." என்று அவன் முணுமுணுத்தது கருவியில் பதிவாகியிருக்காது. வைஜெயந்தியையும் அவருடைய நடையுடையையும் அவனுடைய மூன்று மகள்களும் ஆசையாகப் பார்த்துக்கொண்டிருந்தார்கள். ஆறுமுகம் படக் கருவியை மௌனமாக அவர்கள் பக்கம் ஒரு முறைத் திருப்பி விட்டு எழுந்தார். நாங்கள் ஆற்றை நோக்கி நடந்தோம்.

ஊருக்கு மேற்புறமிருந்த தெருக்கள் வெறிச்சோடியிருந்தன. விளையாடும் பிள்ளைகளோ கால்நடைகளோ கண்ணில் படவில்லை. கதவுகளைப் பாதியாக மூடியிருந்த வீடுகள்

இருட்டியிருந்தன. எனக்கே ஊர் அன்னியமாகத் தோன்றியது. எல்லையோரக் கோயிலைத் தாண்டிக் குழிகள் விழுந்த சிமெண்டுப் பாதையில் நடந்தோம். அவ்வப்போது ஆறுமுகம் நின்று படமெடுத்தார். இரண்டு பக்கமும் தென்னை மரங்கள் நோய்வாய்ப்பட்டவையாகத் துவண்டு நின்றிருந்தன. அவற்றின் அடிப்பகுதி ஓலைகள் இறகுகளின் எலும்புகளைப் போல் ஈர்க்குக் குச்சிகளாகத் தொங்கின. உச்சியில் காய்த்திருந்த சிறுத்த சில தேங்காய்களில் தேமலைப் போல் சாம்பல் படர்ந்திருந்தது. ஆற்றுப் புறம்போக்கில் கருவேலம் புதர்கள் மட்டும் செழித்து வளர்ந்திருந்தன. சுடுகாட்டில் அண்மையில் பிணத்தைப் புதைத்து மெழுகிய மண் மேடு பாளங்களாக வெடித்திருந்தது. சிதைந்த இன்னொரு மேட்டின் மேல் போட்டிருந்த மலர் மாலைகள் காய்ந்து சருகுகளாகியிருந்தன. உடைந்த பானை ஓடுகளும் எலும்புகளும் கரித்துண்டுகளும் மண்ணில் கலந்து பரவியிருந்தன. கைவிடப்பட்ட அழுக்குத் தலையணை பிய்ந்து பஞ்சு வெளிப்பட்டிருந்தது. சுடுகாட்டை யொட்டிப் பாலத்துக்குக் கீழே ஓடைபோல் தண்ணீர் பாய்ந்து கொண்டிருந்தது. அதைக் கண்டதும் வைஜெயந்தி படத்தில் விழாமலிருக்கத் தலையைத் தாழ்த்திக் கொண்டு சிறுமியைப் போல் ஓடிச் செருப்புகளைக் கழற்றிக் கால்களை வைத்தார். அவருடைய மெல்லிய கொலுசணிந்த பாதங்கள் நனைந்தன. பாலத்தின் படுகைக் கற்களின் மேல் நீர் சலசலத்துக் கண்ணாடி போல் ஓடிக்கொண்டிருந்தது. “அது இரசாயனம் கலந்த தோல் தொழிற்சாலைக் கழிவு நீர், வெளியே வாங்க” என்றேன். “பரவாயில்லை, எந்தத் தண்ணீரில் நனைந்தாலும் நல்லாதா னிருக்கும்” என்றார் வைஜெயந்தி குனிந்து கால்களை உரசிக் கழுவியபடி. “அங்க பாருங்க . . .” என்று காட்டினேன். கொஞ்ச தூரத்தில் அந்தப் பழுப்பான கழிவுநீர் நுரை பொங்க ஆற்றில் குதித்திறங்கிக்கொண்டிருந்தது. அங்கு மிகவும் ஆழமாயிருந்தது போன்ற தோற்றத்துடன் நீர் சுழித்துச் சென்றது. சுற்றிலும் சாக்கடையாகக் கறுத்த சேறு பரவியிருந்தது. ஒன்றையும் விடாமல் ஆறுமுகம் எல்லாவற்றையும் பதிவுசெய்து கொண்டிருந்தார். அந்தக் கழிவு நீரோட்டம் அடர்ந்திருந்த நாணல்களினூடாகப் புகுந்து மறைந்தது.

ஆற்றிலிருந்து ஏறி பாலத்தின் மேல் நடந்தோம். எப்போதாவது ஒரு வாகனம் புழுதியைக் கிளப்பிக்கொண்டு சென்றது. இரு பக்கங்களிலும் அகலமான இலைகளுடன் செடிகளும் கோரைப்புற்களும் பாலத்தின் உயரத்துக்கு வளர்ந் திருந்தன. ஆற்றுப்படுகை மணல் வற்றிக் கட்டாந்தரை போல் காணப்பட்டது. வாத்துக் கூட்டம் கழிவுநீரில் இறங்காமல்

மேலே நெருக்கியடித்து மேய்ந்து கொண்டிருந்தது. அவை இடைவிடாமல் ஒரே மாதிரியாகக் கத்தும் குரலோசை தெளிவாகக் கேட்டது. வாயிலிருந்த பாக்கை ஒதுக்கிக்கொண்டு "தண்ணீரிலிருந்து வாத்துகள் தாவி வெளியே வரும் காட்சி எப்போதும் அற்புதமாயிருக்கும். ஆனா, அது இங்கே கிடைக்காது போலிருக்கு" என்றார் ஆறுமுகம். ஓரிடத்தில் நெளிந்து வந்த கழிவுநீர் சூரிய ஒளிபட்டுப் பல வண்ணங்களுடன் பளபளத்தது. தொலைவிலிருந்து காண்கையில் ஆறு உண்மையாக ஓடுவது போல் தென்படும். ஆனால் அந்தக் கழிவு நீரைத் தவிர ஆற்றில் வேறு நீரோட்டமில்லை. "எங்களுக்குத் தேவைப்படறது இந்தக் காட்சிதான்" என்றார் வைஜெயந்தி பரவசத்துடன். அந்த இடம் அவர் படக்கருவியில் முன்பு காட்டிய படம் போலிருந்தது. வைஜெயந்தி பையிலிருந்து ஒலிவாங்கியை எடுத்துப் பின்னணியில் அக்காட்சி திரைபோல் தெரிய நின்றார். ஒரு கணம் கண்களைத் தியானிப்பது போல் மூடித் திறந்தார். அவர் இப்போது வேறொரு ஆளாக மாறினார். "...தோல் தொழிற்சாலைகள் தொடர்ந்து வெளியேற்றும் கழிவு நீர் கலப்பதால் ஆறு மாசடைந்துவிட்டது. இது நீர்வரத்து இல்லாமல் பாலைவனம்போல் காட்சியளிக்கிறது. இந்தப் பகுதியில் நிலத்தடி நீரும் மண்ணும் கெட்டு விவசாயம் முழுமையாகப் பாதிக்கப்பட்டிருக்கிறது என்றே சொல்லலாம்... ஒளிப்பதிவாளர் ஆறுமுகத்துடன் செய்தியாளர் வைஜெயந்தி..."

இது தொலைக்காட்சிகளின் செய்திக் குவியலில் ஓரிரு நிமிடங்கள் தோன்றி மறையப் போகிறது. கொடூரக் கொலை, கூட்டுக் கற்பழிப்பு, கோடிக்கணக்கில் ஊழல் போன்ற உணர்ச்சிகரமான விஷயங்களின் நடுவில் அமுங்கிவிடும். ஆறுமுகம் கட்டைவிரலை உயர்த்தி 'வெற்றி' என்று காட்டினார். வைஜெயந்தி பழைய நிலைக்குத் திரும்ப வந்தார். நாங்கள் பாலத்தைக் கடந்து மறுகரையை அடைந்தோம். கொஞ்சத் தூரத்திலிருந்த வாராவதிக்கு அடியில் கூச்சல் கேட்டது. அங்கு கால்வாய் நீரில் சில சிறுவர்கள் அம்மணமாக கும்மாளமிட்டுக் கொண்டிருந்தார்கள். அவிழ்த்துப்போட்ட ஆடைகள் கரைமேல் தாறுமாறாகக் கிடந்தன. அவர்களை முன்னெப்போதோ சில தடவை ஊருக்குள் பார்த்திருந்தேன். என்னுடன் ஒரு பெண்ணையும் படக் கருவியுடன் மற்றொருவரையும் கண்டு இடுப்புவரை தண்ணீரில் அமிழ்ந்தார்கள். வைஜெயந்தி அவர்களிடமிருந்து பார்வையை விலக்கி "இது என்னது?" என்றார். "ஆற்றிலிருந்து ஏரிக்குத் தண்ணீர் போகும் கால்வாய், ஆற்றுக் கழிவு நீரும் கலந்து வந்திருக்கும்..." என்றேன். "அந்த ஏரி எங்கேயிருக்கு?" என்றார். "அது ரொம்ப தூரம், மழைக்காலங்களைத் தவிர பெரும்பாலும் வறண்டிருக்கும்"

என்றேன். மலைப்பாம்பைப் போல் வளைந்து சென்ற காலியான கால்வாய் கண்ணெட்டும் தூரம்வரை படமாக்கப்பட்டது. அதில் தொலைவாகச் சில ஆடுகள் இலைகளைக் கொறித்துக் கொண்டிருந்தன.

அந்தக் கால்வாயில் கலங்கிய குட்டைபோல் நீர் தேங்கி யிருந்தது. மழை பெய்து மண்ணுடன் கலந்து வந்த புது வெள்ளத்தைப் போல் பழுப்பு நிறத்திலிருந்தது. அது சூடாகிக் கொதிப்பதைப் போல் கரையில் மோதிக்கொண்டிருந்தது. சுற்றிலும் புதைகுழியைப் போல் சேறும் சகதியுமாயிருந்தது. கரைகளில் எல்லாவிதமான நச்சுச்செடிகளும் மண்டியிருந்தன. சிறுவர்கள் படக்கருவியால் ஈர்க்கப்பட்டு அதைக் கண்ணெடுக் காமல் பார்த்துக்கொண்டிருந்தார்கள். அவர்களுடைய உடல்களிலிருந்து நீர்த்துளிகள் வழிந்து மின்னின. "அவங்க படமெடுக்கிறதையே பார்க்கிறாங்களே?" என்றேன். ஆறுமுகம் "அதனால ஒண்ணுமில்லை, அதுவும் இயல்பாய்தானிருக்கும்" என்று தொடர்ந்து சுட்டுக்கொண்டிருந்தார். ஒரு பையன் மட்டும் தைரியமடைந்து அருகில் வந்தான். "உன் பேரு என்ன?" என்றார் வைஜெயந்தி. அவன் ஒரு கணம் வகுப்பறையின் ஞாபகம் வந்தது போல் கைகளை மார்பில் கட்டி நின்று "கே. பாலசுப்பிரமணி" என்றான். "நீங்களெல்லாம் படிக்கிற தில்லையா?" என்று சந்தேகத்துடன் கேட்டார். "சின்ன வயசுல படிச்சோம். அப்புறமா ஆடு மேய்க்கறதுக்காக நின்னுட்டோம்" என்றான் அவன் மிகுந்த விடுதலை உணர்வுடன். வைஜெயந்தி அவனைத் தனியாகப் படமெடுக்கச் சைகை காட்டி "அப்படியா ... இந்தக் கால்வாய் என்ன ஆழமிருக்கும்?" என்றார். "கொஞ்சந்தான், ஓராளு ஆழம்" என்று பாலசுப்பிரமணி கைப்பிடிச்சுவரில் ஏறி நின்று காட்சி தந்தான். "கால்வாய் குழாயிலிருந்து தண்ணீர் குதிக்கறதால கீழே பள்ளம் உண்டா யிருக்கும்" என்றேன். பாலசுப்பிரமணியை ஆறுமுகம் தலையி லிருந்து கால்வரை எடுத்தார். அரணாக் கயிறில் கோமணமாகச் செருகப்பட்ட சட்டைத் துணி இடுப்புக்குக் கீழ் சிறிதாகப் புடைத்திருந்தது. அவனுடைய முகம் முழுதாக மாறிப் படக் கருவியை முறைத்தது. மற்ற பையன்களும் மேலேறி வந்தார்கள். "அக்கா, என்னை எடுங்க" "என்னை எடுங்க" என்று குரல்கள் எழுந்தன.

கைப்பிடிச்சுவரில் நின்றிருந்த பாலசுப்பிரமணி பின்புற மாகத் தண்ணீரில் சாய்ந்தான். அவனை நீர் உள்வாங்கி பழையபடி மூடிக்கொண்டது. மேலே எவ்வித சலனமுமில்லை. அதைப் படக்கருவி அவசரமாகத் திரும்பி எடுத்தது. "அவன் ரொம்ப நல்லா நீச்சலடிப்பான்" என்றான் ஒரு பையன்.

திடீரென்று பாலசுப்பிரமணி ஒரு கையைத் தூக்கியபடி நீர் பரப்புக்கு மேல் தோன்றினான். மற்றொரு கையால் முகத்து நீரை வழித்துவிட்டு “அக்கா, இதப் பாருங்க” என்று கத்தினான். அவன் கையில் ஒரு மனித மண்டையோடு பல்லிளித்துக் கொண்டிருந்தது. அதில் அங்கங்கே கறுப்பாகச் சேறு அப்பி யிருந்தது. அந்த மண்டையோட்டுக்கு இணையாக அவனும் சிரித்துக் காண்பித்தான். “டேய், அதையெல்லாம் எடுக்கக் கூடாது, கீழே போடு” என்றார் வைஜெயந்தி சத்தமாக. “பக்கத்துல சுடுகாட்டிலிருந்து உருண்டு வந்திருக்கலாம்” என்றேன். “ஏன், இதில யாராவது மூழ்கி இறந்திருக்கக் கூடாதா?” என்றார் வைஜெயந்தி. கரையை நோக்கி மண்டையோட்டைப் பாலசுப்பிரமணி பந்துபோல் எறிந்தான். அது ஒரு புதரில் போய் ஒளிந்து கொண்டது. பள்ளி ஆசிரியர்களுடைய தொனியை வரவழைத்துக்கொண்டு “டேய் பசங்களா . . . யாரும் இனிமே இங்க குளிக்கக் கூடாது. இது நல்ல தண்ணியில்ல, தோல் தொழிற்சாலைகளிலேயிருந்து வர்ற கெட்ட தண்ணீர். உடம்புக்கு நோய் வரும்” என்றார் வைஜெயந்தி. பையன்கள் அரைகுறையாகத் தலையாட்டினார்கள். ஒரு குரல் மட்டும் “வேற எங்க நீஞ்சறது?” என்றது மெதுவாக. பாலசுப்பிரமணி நீர் சொட்ட மேலெழுந்து வந்தான். “இனிமே பள்ளிக்கு ஒழுங்காப் போய்ப் படிக்கிற வழியைப் பாருங்க . . .” என்றார். அதற்குப் பதிலெதுவும் சொல்லாமல் ஆவலுடன் “இதை யெல்லாம் ஏன் படம் பிடிக்கறீங்க?” என்றான் அவன். “அதுவா . . . சும்மா எடுக்கறோம்” என்றார். “இல்லைடா, நம்ம ஆற்றை எடுத்து எல்லாருக்கும் காட்டப்போறாங்க” என்றேன். “அப்ப ஆத்துக்குள்ளப் போங்க . . .” என்று எதிரில் நீண்ட ஆற்றைக் காட்டினான். வைஜெயந்தி தயக்கத்துடன் ஆறுமுகத்தைப் பார்த்தார். அவர் மெல்வதை நிறுத்தாமல் தலையாட்டினார்.

வைஜெயந்தி வழி தெரிந்ததைப் போல் கரையிலிருந்து ஆற்றில் இறங்கினார். தனக்குத்தானே சொல்லிக்கொள்வது போல் “கொஞ்ச தூரம் போய்ப் பார்க்கலாம் . . .” என்றார். நான் ஆற்றுக்குள் சென்று நீண்ட காலமாகிவிட்டது. பழைய நினைவுகளை மீட்க முடியாத அளவுக்கு ஆறு அடியோடு மாறியிருந்தது. ஆற்றில் கழிவுநீர் மட்டும் ஓடிக்கொண்டிருந்தது. எதற்கும் பயனற்ற பல வகையான செடிகள் பசுமையாக வளர்ந்திருந்தன. கீழே மணல் இல்லாமல் வெறுமையாயிருந்தது. கழிவுநீர் கலக்கும் இடத்தை வைஜெயந்தி தேடுவதாகத் தோன்றியது. அந்த மூலத்தை யாராலும் துல்லியமாகக் கண்டு பிடித்துவிட முடியாது. கழிவுநீர் மணலில் தானாக ஊறி வருகிறது என்று ஊரில் சிலர் சொன்னார்கள். அதைப் பூமிக்கடியில் குழி தோண்டி வெளியேற்றுகிறார்கள் என்றும்

கூறினார்கள். ஆற்றில் ஓடுவது கழிவு நீரல்ல அது சுத்தமான நீர்தான் என்றார்கள் வேறு சிலர். நாங்கள் கழிவுநீர் ஓடும் பாதைக்கு எதிர்ப்புறமாகச் சென்றுகொண்டிருந்தோம். கரையி லிருந்த முட்புதர்கள் ஆற்றின் மீது கவிழ்ந்திருந்தன. படக் கருவியும் செடி கொடிகளுக்குள் நுழைந்து முன்னேறிப் போய்க் கொண்டிருந்தது. வைஜெயந்தியின் குதி கொஞ்சம் உயர்ந்த செருப்பில் பாசியும் சேறும் படிந்தன. அவருடைய தரமான உடையை முட்கள் கிழித்துவிடும் என்று பயந்தேன். ஆறுமுகம் கையால் படக்கருவியைப் பிடித்தபடி மிகவும் பழக்கப்பட்ட வரைப் போல் நடந்தார். அங்கங்கே நாங்கள் புதர்களைச் சுற்றிச் செல்ல வேண்டியிருந்தது. ஆற்றில் கழிவு நீர் இயற்கை யான ஓடையைப் போல் நடந்துகொண்டது. சில இடங்களில் முழுவதுமாகத் திரும்பி வேறு புறம் வளைந்தது. அது ஓடிய இடங்களெல்லாம் சகதியாகியிருந்தது. ஆற்றில் மாடு மேய்த்துக் கொண்டிருந்த சிலர் எங்களைச் சந்தேகமுடன் பார்த்தார்கள். மாடுகள் குனிந்து குட்டைப் புற்களைக் கடித்துத் தின்று கொண்டிருந்தன. படமெடுக்கப்படுவதைக் கண்டு கொஞ்சத் தூரம் அவர்கள் பின்தொடர்ந்தார்கள். “எங்க போறீங்க?” என்று கேட்டுக்கொண்டிருந்தார்கள். எனக்கும் பதில் தெரியாத தால் சொல்லவில்லை. ஆறு ஒரு வனம் போலவே காணப் பட்டது. கடைசியாகக் கரையோரத்தில் ஓர் ஊர் தெரிந்தது. அதற்கு முன்னால் ஆறு மலக்கிடங்காக மாறியிருந்தது. எங்கும் மனிதர்கள் மலம்கழித்து வைத்திருந்தார்கள். பிளாஸ்டிக் குப்பைக் கூளங்கள் சிறு குன்றுகளாகக் குவிந்திருந்தன. கரையில் கூரிய முட்களை விரித்து நீட்டியபடி கருவேல மரங்கள் நின்றிருந்தன. அவற்றின் வேர்களுக்கிடையில் பெரிய கான்கிரீட் குழாய் புதைக்கப்பட்டிருந்தது. அதிலிருந்து கழிவுநீர் வெண்நுரை பொங்கத் தொடர்ந்து குதித்துக்கொண்டிருந்தது. அதைக் கண்டதும் வைஜெயந்தி பிரமித்து நின்றார். கீழே தொட்டியைப் போல் பள்ளம் உருவாகியிருந்தது. அதில் பெரும் காற்றுக் குமிழிகள் தோன்றி மறைந்துகொண்டிருந்தன. கொல்லப்பட்ட எண்ணற்றக் கால்நடைகளின் இரத்தம் கலந்ததைப் போல் கழிவுநீர் சிவப்பாக ஆற்றுக்குள் நெளிந்தோடியது. ஆறுமுகம் குனிந்தும் நிமிர்ந்தும் படமாக்கிக் கொண்டிருந்தார். “அனேகமா, இது கழிவுநீர் சுத்திகரிப்பு நிலையத்திலிருந்து வெளியேறின நீராகத்தானிருக்கும்” என்றேன்.

ஆற்றிலிருந்து கரைக்குத் திரும்பும் கிளைகளைப் போன்ற பல பாதைகளில் ஒன்றில் நடந்தோம். அது மிகவும் செங்குத்தாக மேலேறியது. இருமருங்கும் சரிவுகளில் விழுந்து விடுபவை போல் ஓலைகளாலும் கித்தான்களாலும் குடிசைகள் எழுந்திருந்தன. வெளியில் பலர் தங்கள் பாட்டுக்குக் குளித்துக்

கொண்டும் சமையல் வேலை செய்து கொண்டுமிருந்தார்கள். ஓரத்தில் அகலமான கால்வாயின் மேல் பிள்ளைகள் வரிசையாக உட்கார்ந்து மலம் கழித்துக்கொண்டிருந்தன. அதில் சாக்கடையும் கழிவுநீரும் கலந்து ஓடிக்கொண்டிருந்தது. அந்தக் கால்வாய் நேராக ஆற்றில்போய் மறைந்தது. திடீரென்று நினைவு வந்ததும் சொன்னேன்: "இந்த ஊர்க்காரங்க நாலைந்து பேர்தான் கொஞ்ச நாளைக்கு முன்னால தோல் தொழிற்சாலைத் தொட்டியில விழுந்து இறந்தாங்க." உடனே வைஜெயந்தி "அவங்க வீட்டுக்குப் போய்ப் பார்க்கலாம்" என்றார். "இங்க வழக்கமாத் தோல் கழிவு தேங்கின தொட்டியச் சுத்தம் பண்ணுவாங்க. உள்ளேயிருந்து விஷவாயு தாக்கி நிறையப் பேரு இறப்பாங்க" என்றேன். எங்களை வேடிக்கைப் பார்த்துக் கொண்டிருந்த சிலரிடம் "இங்க தொட்டியில விழுந்து இறந்தவங்க வீடு எங்கேயிருக்கு?" என்றார் வைஜெயந்தி. மீசை அரும்பத் தொடங்கியிருந்த ஓர் இளைஞன் தம்முடன் வருமாறு சைகை காட்டிச் சந்துகளின் வழியாக நடந்தான். படக்கருவி அவனைப் பின்தொடர்ந்து சென்று சாணியால் மெழுகிக் கோலமிட்டிருந்த ஒரு குடிசையை அடைந்தது. வாசப்படியில் குனிந்து அவன் "யாரோ வந்திருக்காங்க பாரும்மா . . ." என்றான். உள்ளே பெண்கள் பலர் கூட்டமாக உட்கார்ந்திருந்தார்கள்.

ஒரு பெண்மணி கைகளை முந்தானையில் துடைத்தவாறு வெளியில் வந்தார். அவருடைய வயது என்னவென்று சரியாகக் கணிக்க முடியாததாயிருந்தது. 'என்ன வேண்டும்?' என்பதைப் போல் படக்கருவியையும் எங்களையும் பார்த்தார். "தொட்டியில விழுந்து இறந்தவங்க சொந்தக்காரங்களைப் பார்க்க வந்தோம் . . ." என்றார் வைஜெயந்தி. அந்தப் பெண் தயக்கத்துடன் "என் வீட்டு ஆளுங்கதான் செத்துப்போனாங்க . . . உங்களைக் கூட்டினு வந்தவன்தான் மிஞ்சியிருக்க பையன். அதேயிடத்துலதான் அவனுக்கும் வேலை போட்டுக் கொடுத்திருக்காங்க. ஆமா, நீங்க யாரு?" என்றார். அந்த இளைஞனை நோக்கிப் படக் கருவியைத் திருப்பினார் ஆறுமுகம். "நாங்க சும்மாதான் வந்தோம் . . ." என்றார் வைஜெயந்தி. உடனே குறுக்கிட்டுத் "தோல் தொழிற்சாலைக் கழிவுநீரைப் பத்திப் படமெடுக்கறாங்க" என்றேன். "எப்படி மொத்தமா இறந்தாங்க?" என்றார் வைஜெயந்தி. "அவங்க பாசத்துக்குக் கட்டுப்பட்ட ஒரே ரத்த உறவுக்காரங்க . . . முதல்ல வீட்டுக்காரரு, அதக்கடுத்து ரெண்டாவது மகன், அப்புறமா இன்னொரு மகன், கடைசியில என் தம்பி. எல்லாருக்கும் ஒண்ணா வேளை வந்து எமன் வாயில விழுந்தாங்க" என்று பெண்மணியிடமிருந்து பதில் வந்தது. "இறந்தவங்களுக்கு ஏதாவது பணம் கொடுத்தாங்களா?"

என்றார் வைஜெயந்தி. "எவ்வளவோ போராட்டம் பண்ணோம். யார்யாரோ தரப்போறதாச் சொல்லிட்டுப் போனாங்க, அதோடு சரி. சாவு செலவுக்குக்கூடச் சங்கத்துலதான் பணம் தந்தாங்க" என்றான் இளைஞன். "இன்னைக்கு அவங்களுக்கு மொத்தமாப் படைக்கணும். உயிரு விட்ட இடத்துக்குப் போக முடியாம வீட்டுல வச்சுக் கும்பிடறோம்" என்றார் பெண்மணி. "அங்கே போகலாம் வாங்க . . ." என்றார் வைஜெயந்தி தீர்மானமான குரலில். வெற்றிலைப்பாக்கு, பழம் போன்றவற்றைத் தட்டுகளில் ஏந்தியபடி பெண்கள் சாலையில் நடந்தார்கள். அவர்களை மூவரும் பின்தொடர்ந்தோம். ஆற்றையொட்டிய தோல் தொழிற்சாலை ஒன்றின் அருகில் நின்றோம். அதன் கனத்த இரும்புக் கதவு சிறு இடைவெளியுமில்லாமல் இறுகச் சாத்தி யிருந்தது. கொஞ்ச நேரம் கூப்பிட்டும் தட்டியும் பார்த்தும் அது திறக்கவில்லை. ஆட்கள் இருப்பதற்கான எவ்வித அடையாளமுமில்லாமல் அமைதியாயிருந்தது. "கண்டிப்பா உள்ளே காவல்காரங்க இருப்பாங்க" என்றான் கடைசி மகன். "எந்த இடமானாலும் ஒண்ணுதான், இங்கியே கும்பிடலாம்" என்றார் அவனுடைய அம்மா. மூடிய கதவுகளுக்கு முன்னால் படையல் வைத்துக் கற்பூரம் ஏற்றி வணங்கினார்கள். பெண்கள் உட்கார்ந்து தோள்களை அணைத்துக்கொண்டு அழுதார்கள். அவர்களுடைய வட்டத்தில் வைஜெயந்தியையும் இழுத்துச் சேர்த்துக்கொண்டார்கள். ஒரு புராதனமான சடங்கை நிறைவேற்றுவதைப் போல் அனைவரும் கொஞ்ச நேரம் அழுது முடித்தார்கள். அங்கேயே நின்று அவர்கள் கொடுத்த பலகாரங்களைத் தின்று முடித்தோம்.

அதே வழியில் மூவரும் நடக்கத் தொடங்கினோம். அடிக்கடி கனரக வாகனங்கள் ஓடியதைப் போல் சிமெண்டுப் பாதை மேடும் பள்ளமாயிருந்தது. இருபுறமும் உயரமான சுவர்களுடன் தோல் தொழிற்சாலைக் கட்டடங்கள் வரிசையாக நின்றிருந்தன. அவற்றின் பெரும் இரும்புக் கதவுகள் உள்ளே எதையும் காணமுடியாமல் மூடியிருந்தன. அனைத்தும் மறுபடி யும் கடுமையான உழைப்புக்காக முழு ஓய்வு எடுப்பவை போலிருந்தன. கீழே புதைக்கபட்டிருந்த நீண்ட கழிவுநீர்க் குழாய்களின் மேற்புறங்கள் அங்கங்கே வெளியில் தலைகாட்டின. ஓரிடத்தில் ஊற்றைப் போல் நீர் கசிந்து பரவிக்கொண்டிருந்தது. அடைப்பை நீக்கும் குழிகள் சிமெண்டுப் பலகைகளால் அரைகுறையாக மூடப்பட்டிருந்தன. காற்றில் இரசாயன நெடி மிதந்துகொண்டிருந்தது. ஆட்டோ ஒன்று தென்படவும் வைஜெயந்தி "திரும்பிப் போகலாம்" என்றார். வெளி நாட்டி லிருப்பதைப் போல் பளபளப்புடன் தோற்றமளித்த அகலமான நெடுஞ்சாலையில் சென்றோம். ஆறுமுகம் மறுபடியும்

படமெடுத்தார். தோல் பதனிடும் ஆலைகள் பின்னால் போய்க் கொண்டிருந்தன. அங்கங்கே பாழ்பட்ட மரம் செடிகொடி களுடன் கிடந்த விவசாய நிலங்களையும் கடந்தோம். பல இடங்கள் மொட்டையாகச் சமமாக்கப்பட்டு அளவுக் கற்கள் நட்டு விற்பனைக்காகக் காத்திருந்தன. வாராவதியும் நீண்ட பாலமும் வற்றிய ஆறும் திரும்பவும் வந்துபோயின. அவை மீண்டும் பதிவாகிக் கொண்டிருந்தன.

தெருமுனையில் காலிக்குடங்களுடன் சிலர் கூட்டமாக நின்றிருந்தார்கள். வைஜெயந்தி "தொலைக்காட்சிக்குப் படமெடுக்கறது எப்படியோ தெரிஞ்சிட்டது. பரவாயில்ல, இவங்களைச் செய்தியில காட்டலாம்" என்றார். ஆறுமுகம் பாக்கை வேகமாக மென்றபடி படமெடுக்கத் தொடங்கினார். ஒரு நடுத்தரவயதுப் பெண் கோபமாக "எங்களுக்குக் குடிக்கத் தண்ணியில்ல. நாலைஞ்சு நாளைக்கு ஒரு முறைதான் குழாயில வருது. நாங்க என்ன பண்றது?" என்றார். "இருக்கிற கொஞ்சம் தண்ணியும் உப்பா மாறிப்போச்சி" என்றார் மற்றொரு பெண்மணி. "யாரும் எதுவும் பண்ணலை" என்றார் இன்னொரு பெண் பிளாஸ்டிக் குடத்தை எதிரில் நீட்டி. ஆளாளுக்கு அவற்றையே ஒரே நேரத்தில் கத்திச் சொல்லிக்கொண் டிருந்தார்கள். வைஜெயந்தி முன்னால் வந்து ஒலிவாங்கியைக் கையில் பிடித்துப் படக்கருவியை நோக்கிப் பேசத்தொடங் கியதும் அமைதியானார்கள். "...பக்கத்துல ஆறு இருந்தாலும் கூடக் குடிக்கத் தண்ணீரில்லை. இங்க நிலத்தடி நீரும் மண்ணும் நஞ்சா மாறியிருக்குது. விவசாயம் செய்ய முடியாம மோசமாப் பாதிக்கப்பட்டிருக்குது. அரசாங்கம் உடனே நடவடிக்கை எடுக்க வேண்டும் என்று இந்த மக்கள் எதிர் பார்க்கிறார்கள்... ஒளிப்பதிவாளர் ஆறுமுகத்துடன் செய்தியாளர் வைஜெயந்தி." படக்கருவியை அணைத்த பிறகு அனைவரும் கலைந்தார்கள்.

வீட்டுக்கு வந்ததும் வைஜெயந்தியும் ஆறுமுகமும் கிளம்பத் தயாரானார்கள். தேனீர் குடிக்கக் காத்திருக்கையில் படக்கருவியில் பதிவாகியிருந்த படங்களை எடுத்து அங்கங்கே ஓட்டிப் பார்த்தார்கள். ஆற்றில் கழிவு நீரோடுகிற காட்சியையும் மக்கள் காலிக்குடங்களுடன் போராடுவதையும் கண்டு ரசித்தார்கள். "நல்லா வந்திருக்கு, எவ்வளவு எடுத்தாலும் வெட்டித் துண்டாக்கிக் கொஞ்சம்தான் காட்டுவாங்க..." என்றார் வைஜெயந்தி. "பரபரப்பானதுதான் செய்தியாக முடியும்" என்றார் ஆறுமுகம். "எல்லாத்தையும் சேர்த்துக் குறும்படமாப் பண்ணலாமே?" என்றேன். வைஜெயந்தி "என் நண்பர் ஒருத்தர்கிட்ட கொடுத்துப் பார்க்கிறேன்" என்றார்.

"இதையெல்லாம் பதிவு செய்யலைன்னா இங்க ஆறு இருந்த அடையாளமே எதிர்காலத்துல இல்லாமப் போயிடும்" என்றேன். "இப்பவே ஆற்றில தண்ணீர் ஓடியத் தடயம் கொஞ்சம்கூட இல்லை" என்றார் வைஜெயந்தி. திடீரென்று தோன்றிய ஞாபகத்தில் அறைக்குள் சென்று புத்தகங்கள் அடுக்கப்பட்ட அலமாரியில் பாதுகாப்பாக மூலையில் வைத்திருந்த சிறிய கல் ஒன்றை எடுத்து வந்தேன். "இது சின்ன வயசுல ஆற்றில கிடைச்சது. அந்தக் காலத்துல ஆறு வற்றாம ஓடும். அது நிறைய மணலும் கல்லும் உயிர்களுமிருக்கும். இது ரொம்ப நல்லாயிருந்ததால எடுத்து வந்தேன்னு நினைக்கிறேன்" ஏன்றேன். அது இப்போதுதான் ஆற்றின் ஆழத்திலிருந்து எடுத்ததைப் போல் உள்ளங்கையில் குளிர்ந்தது. "இந்த ஆற்றில பெரிய வெள்ளம் வரும். கெட்டதை அடிச்சுட்டுப் போகும். எல்லாமும் பழையபடி ஆகும்னு இங்கிருக்கவங்க பேசிப்பாங்க" என்று கூழாங்கல்லை எதிரில் வைத்தேன். அதை வைஜெயந்தி சொன்னபடி ஆறுமுகம் மிக அருகாமைப் படமாக எடுத்தார். அந்தக் கூழாங்கல் நீண்ட காலமாக ஆற்று நீரில் புரண்டு கொண்டிருந்ததால் மிகவும் வழுவழுப்பாயிருந்தது. அது பெயரற்ற ஒரு பறவையின் முட்டையைப் போலிருந்தது. பழமையான மரத்தின் முற்றிய விதையைப் போலுமிருந்தது.

●

TF31
63209